दोन जगप्रसिद्ध साहसकथा

रॉबिन हूड

आणि

त्याचे रंगेल सोबती

श्रीकृष्ण पोवळे

रॉबिन्सन क्रूसो

अर्थात्

(निर्जन बेटाचा राजा)

डॅनिअल डफो

अनुवाद

भा. म. गोरे

कनक बुक्स

रॉबिन हूड आणि त्याचे रंगेल सोबती	**रॉबिन्सन क्रूसो** अर्थात् (निर्जन बेटाचा राजा)
श्रीकृष्ण पोवळे	डॅनिअल डफो, अनुवाद : भा. म. गोरे
Robin Hood ani Tyache Rangel Sobati	Robinson Crusoe
Shrikrishna Povale	Daniel Defoe, Translator : B. M. Gore

प्रथम आवृत्ती : निर्मल प्रकाशन
डायमंड प्रथम आवृत्ती : २०१२

ISBN 978-81-8483-430-7

© डायमंड पब्लिकेशन्स, पुणे

अक्षरजुळणी : अक्षरवेल, दत्तवाडी, पुणे

मुखपृष्ठ : शाम भालेकर

आतील चित्रे : राजेंद्र गिरधारी

मुद्रक : Repro India Ltd, Mumbai.

प्रकाशक
कनक बुक्स
कुमारवाङ्मय विभाग, डायमंड पब्लिकेशन्स, पुणे
१२५५ सदाशिव पेठ, लेले संकुल, पहिला मजला
निंबाळकर तालमीसमोर, पुणे ४११ ०३०.
☎ ०२० – २४४५२३८७, २४४६६६४२

diamondpublications@vsnl.net
www.diamondbookspune.com

मूल्य : ₹ १२५

रॉबिन हूड

आणि

त्याचे रंगेल सोबती

श्रीकृष्ण पोवळे

रॉबिन हूड

शेरवुडच्या जंगलातील ती सकाळ स्वच्छ आणि सुंदर होती. झाडावर कोवळी पालवी होती. जिथे तिथे फुलांनी बहरलेल्या वृक्ष-वेली होत्या. झाडांमधून पक्षी इथून तिथे उडत गाणी गात होते. एखादे हरीण जरासा कुठे आवाज होताच धावायला सुरुवात करी आणि झाडीमध्ये लुप्त होई.

एक जंगल अधिकारी या सकाळच्या वेळेला परतत होता. गिलबर्ट हे त्याचे नाव. त्याने घोड्याचे लगाम सैल सोडलेले होते व एक मस्त गाणे गुणगुणत तो चालला होता. तो असा जात असताना, एक बाण सर्रकन् त्याच्या कानाजवळून गेला आणि एका झाडात जाऊन रुतला. त्याबरोबर त्याने आपल्या घोड्याचा लगाम ओढला.

दुसऱ्याच क्षणी दुसरा एक बाण तसाच आला आणि तोही तसाच जवळच्या झाडात रुतला. आता मात्र गिलबर्ट जरा बावरला; कारण त्या बाणाच्या वेगाचा वारा त्याच्या गालाला चांगलाच जाणवला होता. मग तिसरा बाण येण्याच्या अगोदरच तो घोड्यावरून खाली उतरला आणि एका झाडामागे जाऊन लपला.

या जंगलामध्ये तो स्वत:ला सुरक्षित समजत होता त्यामुळे त्याने धनुष्याची दोरी बांधली नव्हती. धनुष्य वाकवून दोरी बांधून बाण सोडायचा म्हणजे एका क्षणाचाच प्रश्न होता. त्यामुळे गिलबर्ट बाण सोडायला तेव्हाच सज्ज झाला. एक क्षणभर त्याने इकडे तिकडे पाहिले; पण त्याला कोणी दिसले नाही.

त्याचा घोडा शांतपणे उभा होता. गिलबर्टला वाटले, की घोड्याच्या अनुरोधाने बाण सोडणे शत्रूला सोपे जाईल म्हणून मग त्याने घोड्याला 'चक् चक्' असा आवाज करून इशारा दिला व इशाऱ्यानुसार घोडा चालू लागला. बराच वेळ त्याने वाट पाहिली; पण काहीच घडले नाही. दृष्टीला काही दिसले नाही व कानांनाही काही ऐकू आले नाही. भोवती हिरवे गर्द जंगल आणि वरती स्वच्छ निळेभोर आकाश. मग त्याने आपला शत्रू जिथे असण्याचा संभव असेल, त्या भागाच्या अनुरोधाने एक बाण सोडला आणि रोखून पाहिले; पण सर्वत्र शांतच होते.

मग त्याने हातमोजा काढला. इतक्यात पुन्हा आलेल्या बाणाने त्याचा हातमोजा बाणासह एका झाडात जाऊन रुतला. हे इतक्या वेगाने झाले, की त्याला काही समजलेच नाही. मग त्याने रुतलेल्या बाणाकडे निरखून पाहिले व त्या बाणाच्या दिशेला अंदाजाने आपला एक बाण सोडला. त्याच क्षणी त्याला एक गाणे ऐकू आले.

जंगलात असती हरणे
फुले दऱ्या-खोऱ्या माजी
गीत जाई गा राणी गीत जाई गा गं....
जंगलातले या पक्षी
गात गीत माझ्यासाठी
गीत जाई गा राणी गीत जाई गा गं....

''हा तर रॉबिन!'' गिलबर्ट एकदम ओरडला आणि मग झाडामागून पुढे येऊन म्हणाला –

''अरे पोरा, पुढे ये. हा काय तुझा खेळ झाला? तू काय, तुझ्या बापाची शिकार करतोस? मी समजत होतो, कुणीतरी बंडखोर माझ्या डोक्याशी सलगी करतोय. काय रे, तुला माझ्या पांढऱ्या केसांविषयी काहीच वाटत नाही काय? चल बाहेर ये. ए, रॉबिन?''

''काय हो महाशय?'' नुसताच आवाज ऐकू आला; पण बोलणारी व्यक्ती पुढे आली नाही.

‘‘माझ्या बाणाने तुमच्या कानाला काही इजा झाली नाही ना?’’ प्रश्न आणि पुन्हा गाण्याचे शब्द ऐकू आले.

नसे मेघ चंद्रावरती
गिरी दरी झोपलेली
गीत जाई गा राणी गीत जाई गा गं....
मंदिरातली घंटा ही
गीत मंजु गात नाही
गीत जाई गा राणी गीत जाई गा गं....

आणि मग, गाणे संपताच एक तरुण मुलगा पुढे आला व गिलबर्टसमोर येऊन इभा राहिला.

हा मुलगा केवळ अठरा वर्षांचा होता; पण वयाच्या मानाने चांगलाच उंचापुरा होता. त्याने आजपर्यंतचे जीवन मोकळ्या हवेत घालवले होते. त्यामुळे त्याची कातडी थोडीशी काळसर रंगाची दिसत होती. त्याच्या अंगकाठीवरून हा चांगलाच ताकदवान गडी होणार, असे स्पष्ट दिसून येत होते. त्याचे डोके व तोंड गोलाकार होते. डोळे खोल, तेजस्वी आणि रुंद होते. नाकाची रेषा सरळ होती आणि ओठ रेखीव होते. हसताना त्याचे दात मोत्यांसारखे झळकत. त्याच्या केसांचा वर्ण तांबूस होता आणि ते त्याच्या खांद्यावर रूळत होते.

तो पुढे येताच गिलबर्ट म्हणाला, ‘‘कानाला इजा झाली का म्हणून विचारतोस? मग ऐक. शपथ सांगतो, अरे थोडक्यात चुकले; नाही तर सगळाच कारभार आटोपला असता.’’

‘‘असे म्हणता, पण खरे सांगू का?’’ रॉबिन हूड म्हणाला, तुम्हाला बाण मारायचा माझा उद्देश नव्हता.’’

‘‘फार आभारी आहे,’’ गिलबर्ट म्हणाला, – ‘‘मी तुझा फार ऋणी आहे. तू मला मारले नाहीस! हे सर्व शक्तिमान रॉबिन, तुझा तसा उद्देशही नव्हता, हे सगळे खरे; पण जरा थोडासा धक्का बसला असता, अडखळलो असतो अगर घोड्याने थोडी जरी चाल बदलली असती, तर एव्हाना मी माझ्या पितरांना भेटायला गेलो असतो.’’

"पण बाबा, तुम्ही गेला नाहीत, हे सत्य आहे. आता माझ्या पोरखेळावर रागावू नका," रॉबिन हसत म्हणाला.

"पण रॉबिन, जरा विचार कर," गिलबर्ट म्हणाला, "ती इसापाची गोष्ट तुला माहीत आहे ना? तुझा खेळ होतो, पण आमचा जीव जातो."

"ते जाऊ दे," रॉबिन म्हणाला, "त्याकडे लक्ष देऊ नका, माझ्या हातून पुन्हा असे होणार नाही; पण आज सकाळी न्याहारीच्या वेळी तुम्हीच म्हणाला होता ना, की माझ्या हातून हरणाच्या केसालाही धक्का पोहोचणार नाही. म्हणून म्हटले, जरा माझे कसब तुम्हाला दाखवावे."

"वाऽ! हे फार छान आहे. माझे समाधान करण्याचा हा मार्ग मात्र चांगला काढलास. बरे, ते जाऊ दे. रॉबिन, मी आता तुझ्यावर रागावत नाही; पण एक सांगतो, तुझे कसब या रीतीने आता पुन्हा कोणाला दाखवू नकोस."

"बाबा, त्याची काळजी नको. मी जरी निष्काळजी मुलगा असलो, तरी तुमच्या केसालाही माझ्या हातून कधी धक्का लागणार नाही."

"मला माहीत आहे, तू तसे काही करणार नाहीस. माझ्या गरिबाच्या घरी तू लहान असताना आलास, त्याला आज सतरा वर्षे झाली. रॉबिन तेव्हापासून मी तुझ्यावर स्वतःच्या मुलासारखे प्रेम करतोय. तू अगदी प्रामाणिक आणि दिलदार मुलगा आहेस आणि थोडा हूड असलास, तरी मनाचा दुष्ट नाहीस; हेही मी जाणतो. म्हणूनच जोपर्यंत तू माझ्याजवळ आहेस, तोपर्यंत मी तुला पिता आणि मित्र या नात्यानेच वागवीन."

"तसे तुम्ही नेहमीच वागता, बाबा," रॉबिन मनापासून उद्गारला. "आणि मी जर हे कधी विसरलो, तर माझा उजवा हात झडून जावो. पण बाबा, मला तुमच्याकडे कोणी आणले हे सांगाल का?"

"सांगतो – सांगणारच होतो. उद्या तुझा अठरावा वाढदिवस. त्या दिवशी तुला तुझ्या जन्माची कहाणी सांगावी, असे माझ्या मनात होतेच; पण आता या जंगलात अनायासे भेटलो आहोतच, तर तुला इथेच सांगतो. आपण कोठेतरी बसू या," असे म्हणत गिलबर्ट पुढे निघाला व त्याच्या मागून रॉबिन. मग गिलबर्टने आपल्या घोड्याला शीळ घातली व घोडाही ताबडतोब मालकाच्या जवळ आला. नंतर जवळ पडलेल्या एका प्रशस्तशा झाडाच्या ओंडक्यावर ते

दोघेही शेजारी-शेजारी बसले आणि गिलबर्ट सांगू लागला.

"या गोष्टीला उद्या सतरा वर्षे पुरी होतील. त्या दिवशी रात्री दोन प्रवासी माझ्या झोपडीत आले. त्यापैकी एक माझा मेहुणा होता व दुसऱ्याचे नाव मला माहीत नव्हते. त्यांच्या बरोबर त्यांनी एका लहान मुलाला आणले होते आणि तो तूच होतास. तो बरोबरचा दुसरा प्रवासी मला म्हणाला, "सैन्यातील आमच्या एका जुन्या मित्राचा हा मुलगा. याचा बाप परदेशात मरण पावला आणि या पोरक्या मुलाचा सांभाळ करण्यासाठी माझ्याकडे दिले आहे. मी एक साधा शिपाई गडी. माझ्या हातून या मुलाचे पालन - पोषण होऊ शकणार नाही; म्हणून तुम्ही याचा सांभाळ करा. दरवर्षी तुम्हाला मी त्याकरता काही रक्कम पाठवीत जाईन आणि तुला सांगतो रॉबिन, त्या पैशांसाठी नव्हे; पण तुझा सुंदर चेहरा पाहून त्या दिवसापासून मी तुला माझा मुलगाच मानला आणि तुझ्या आई-वडिलांची उणीव तुला भासू दिली नाही."

"खरे आहे ते; मीही माझ्या आई-वडिलांप्रमाणेच तुमच्यावर प्रेम करतो," रॉबिन म्हणाला.

"तुझ्या ध्यानात असेलच, गेल्या वर्षी माझा मेहुणा माझ्याकडे आला व इथेच वारला. मरण्यापूर्वी त्याने मला तुझ्या जन्माचे रहस्य सांगितले - रॉबिन, 'हंटिंगटन'चा तू एक सरदारपुत्र आहेस."

गिलबर्टने त्याच्याकडे न्याहाळून पाहिले. रॉबिनने त्याच्या नजरेला नजर भिडवली आणि आपला हात पुढे करून म्हणाला;

"सरदार असो वा नसो, मी तुमचा मुलगा आहे."

"मी तुझा आभारी आहे," गिलबर्ट म्हणाला, "पण योग्य ते झालेच पाहिजे. अॅबोट ऑफ रामसे यांच्या ताब्यात असलेल्या एका मोठ्या मुलखाचा तू मालक आहेस. 'सर गाय गॅमवेल' हे तुझे काका आहेत, ते तुला मदत करतील. आपण उद्या त्यांना भेटायला जाऊ. माझ्याजवळचे पुरावे मी त्यांना सादर करीन. चल आता घरी. 'मार्गारेट' वाट पाहात असेल. जाऊ या-"

आणि मग ते दोघे शांतपणे आपल्या रस्त्याने चालू लागले.

बंडखोर

दुसऱ्या दिवशी सकाळीच गॅमवेल खेड्याकडे जाण्यासाठी रॉबिन हूड आणि गिलबर्ट निघाले. त्यांनी आपली धनुष्ये खांद्याला लावली आणि बाणांचे भाते पाठीला लावले. त्यांच्या हातात काठ्या होत्या; कारण जंगलामध्ये लुटारू असत आणि त्यांचा हल्ला होण्याचा संभव होता.

जंगलामधून जाताना आपला माग मागे न ठेवता झाडीमधून ते आपल्या रस्त्याने चालले होते. जंगलातील सगळे रस्ते त्यांना माहीत होते. शेवटी ते जंगलाच्या टोकाला येऊन पोहोचले आणि अचानक त्यांना विलक्षण सृष्टी– सौंदर्याने भरलेली अशी एक दरी दिसली. दोघांनीही ही दरी अनेक वेळा पाहिली होती, तरी आज त्यांना काही क्षण तिथे उभे रहावेसे वाटले.

तिथून अर्ध्या मैलावरच गॅमवेल खेडे होते. शाकारलेल्या झोपड्या आणि गॅमवेलची गढी त्या झाडांमधून दिसत होती. एक चर्चही दिसत होते. सर गाय गॅमवेल व त्याची सात मुले यांचा वाडा समोर होता. आपले तिथे छान स्वागत होईल, याची त्या दोघांनाही खात्री होती आणि त्याचप्रमाणे झाले. थोड्याच वेळात ते गॅमवेलच्या वाड्यावर आले.

त्यांना पाहताच सर गाय म्हणाला, ''ये माझ्या मित्रा. हं सांग गिलबर्ट, आज एवढे महत्त्वाचे काय काम काढले आहेस?''

''सांगतो. सांगतो. हा माझा मानसपुत्र रॉबिन. हा खरा हंटिंगटनचा सरदार आहे आणि तुमचा पुतण्या आहे! याचे पुरावेही तुम्हाला पटवून देण्यासाठी मी आणले आहेत,'' गिलबर्टने उत्तर दिले.

हे ऐकून त्या वृद्ध सरदाराला फारच आश्चर्य वाटले. परंतु गिलबर्टने सर्व हकिकत सांगितल्यानंतर जवळच शांतपणे उभ्या असलेल्या रॉबिनकडे वळून तो म्हणाला, ''माझ्या मुला, तू माझा पुतण्या आहेस, हे समजल्यामुळे मला फार आनंद झाला आणि तुला हक्काचे स्थान मिळवून देण्यासाठी माझे सर्व सामर्थ्य मी खर्च करीन; पण अडचण अशी आहे, की ॲबोट ऑफ रामसे हा मूळचा पाद्री नाही. तो तुला विरोध करील. समाजात त्याचे वजनही फार मोठे आहे. नॉटिंगहॅमचा शेरीफ त्याचा मित्र आहे. तो आपली शेतीवाडी सहजासहजी तुला मिळू देणार नाही.''

एवढे बोलून त्याने रॉबिनशी हस्तांदोलन केले. रॉबिनने त्याचे आभार मानले आणि नंतर तो सर गायच्या मुलांना भेटण्यासाठी निघून गेला.

तो गेल्यावर गिलबर्ट आणि सर गाय यांनी त्या प्रश्नावर अनेक प्रकारे विचार केला आणि ॲबोटला हंटिंगटनचा वारस जिवंत आहे, हे सर्व पुराव्यासहित कळवण्याचे ठरवले. त्याप्रमाणे त्यांनी ताबडतोब दूतही रवाना केला.

रात्र पडण्याच्या वेळेस गिलबर्ट आणि रॉबिन घरी परतले.

सर गायकडून आलेले पत्र पाहताच, आपली शेतीवाडी धोक्यामध्ये आहे, हे ॲबोटला कळले व त्यामुळे तो फार खवळून गेला. काहीही करून शेतीवाडी हातची घालवायाची नाही, असा त्याने निश्चय केला; पण काय करावे हे त्याला सुचेना. मग आपला मित्र नॉटिंगहॅमचा शेरीफ याला भेटण्यासाठी तो घोड्यावरून निघाला. तो तिथे पोहोचताच शेरीफने त्याची एकांतात भेट घेऊन सर्व हकिकत समजावून घेतली.

मग शेरीफ म्हणाला, ''राजाच्या कानावर ही गोष्ट गेली, तर तुझे सर्वस्व हरण होण्याचा संभव आहे.''

ॲबोट म्हणाला, ''ते बरोबर आहे, पण यावर आता उपाय काय?''
त्यावर शेरीफ विचार करीत म्हणाला, ''रॉबिन हा पोरगा गिलबर्टजवळ राहतो आणि गिलबर्ट हा जंगल–अधिकारी आहे, असे तू म्हणतोस, नाही का?''

ॲबोटने मानेने होकार दिला.

''ठीक, जंगलातील हरणे मारली गेल्यास काय शिक्षा होते हे तुला माहीतच आहे. 'राजाची हरणे मारली' हा आरोप ठेवून त्यांना पकडण्याचा मी

हुकूम देतो. माझे शिपाई त्यांना ह्या गुन्ह्याखाली अटक करतील आणि तुरुंगात डांबतील. मग तू या संकटातून वाचशील.''

''वा:! ही चांगली कल्पना आहे!'' ॲबोट म्हणाला, ''याबद्दल मी तुमचा अतिशय आभारी आहे आणि या साहाय्याची मी पुढे केव्हातरी भरपाई करीन.''

रॉबिन हूडचे नॉटिंगहॅममध्ये पुष्कळ मित्र होते. त्यामुळे शेरीफ हा आपल्याला अटक करण्याची तयारी करीत आहे, हे त्याला लगेच माहीत झाले.

रॉबिन आणि गिलबर्ट गॅमवेलला आले आणि त्यांनी सर गायना ती वार्ता सांगितली. सर गाय त्यामुळे अतिशय संतापले. पुन्हा म्हणाले, ''आपण याचा प्राणपणाने प्रतिकार करू. तुम्ही कैद होण्यापूर्वी अनेक डोकी फुटली जातील. रॉबिन आणि गिलबर्ट तुम्ही दोघे इथेच राहा. शेरीफशी कशा तऱ्हेने सामना द्यायचा ते आपण ठरवू.''

गिलबर्ट म्हणाला, ''माझी बायको मार्गारेट ही घरी एकटीच आहे. आता रॉबिन इथे राहील आणि मी माझ्या बायकोला घेऊन इथे परत येईन.''

याप्रमाणे सर्व बेत नक्की ठरला. मग गिलबर्ट घरी गेला. रॉबिन आणि सर गाय यांनी घरातील सर्वांना सर्व हकिकत सांगितली. गायच्या मुलांना आणि गावातल्या लोकांना हा सर्व प्रकार समजताच संतापाची एकच लाट उसळली. सर्वांनी मिळून शेरीफशी मुकाबला करायचे ठरवले.

दुसऱ्याच दिवशी सकाळी शेरीफ दहा शिपाई बरोबर घेऊन गिलबर्टच्या झोपडीवर येऊन दाखल झाला. त्या वेळी गिलबर्ट आणि त्याची बायको गॅमवेलला निघण्याच्या तयारीत होते. त्यांना पाहून गिलबर्टने विचारले, ''कोण पाहिजे तुम्हाला?''

''तूच.'' शेरीफ म्हणाला, ''आणि तुझा मुलगाही.''

''कशासाठी?'' गिलबर्टने विचारले.

''राजाची हरणे मारल्याचा तुमच्यावर आरोप आहे. तुम्हाला नॉटिंगहॅमला माझ्याबरोबर आले पाहिजे,'' शेरीफ म्हणाला.

''आम्ही हरणे मारलेलीच नाहीत आणि हे तुम्हाला पूर्णपणे माहिती आहे,'' गिलबर्ट म्हणाला.

''तुझा मुलगा, रॉबिन कुठे आहे?'' शेरीफने विचारले.

''तो इथे नाही. कुठे आहे ते तुम्ही शोधून काढालच. तुम्ही आता आम्हाला सुखाने जगू देणार नाही,'' धिटाईने गिलबर्ट म्हणाला.

''काय, तू मला धमकी देतोस? पकडा रे त्याला,'' शिपायांकडे वळून शेरीफ म्हणाला.

प्रतिकार करण्यात काही अर्थ नाही हे पाहून गिलबर्ट शिपायांच्या स्वाधीन झाला. नंतर काही शिपायांनी झोपडी व आजूबाजूचा भाग धुंडाळून पाहिला, पण रॉबिन सापडत नाही हे पाहून शेरीफ संतापला. ''नॉटिंगहॅमच्या किल्ल्यात तुला डांबल्यावर तू बोलता होशील,'' तो म्हणाला.

नंतर शेरीफने झोपडी जाळून टाकण्याचा हुकूम दिला आणि ते सर्व गिलबर्टला घेऊन परतले.

मार्गारेट तिथेच उभी होती. काय करावे हे तिला सुचेना. आपला पती कैद

झालेला पाहून तिचे अंत:करण दु:खाने भरून आले. तिने ताबडतोब जवळच असलेल्या घोड्यावर स्वार होऊन गॅमवेलच्या दिशेने दौड सुरू केली.

घोडा आणि मार्गारेट सर गायच्या दाराशी पोहोचली तेव्हा दोघेही थकून गेली होती. काही लोकांनी तिला हात देऊन उतरवून घेतली आणि तिने मोजक्या शब्दांत त्या लोकांना घडलेली हकिकत सांगितली.

त्याच वेळी तुतारीच्या कर्णकर्कश आवाजाने नभोमंडळ कोंदून गेले व धनुष्यबाण आणि काठ्या घेऊन बरेच गावकरी वाड्याकडे धावले. जवळ जवळ साठ एक माणसे गोळा झाली होती. सर गाय हे सर्वांच्या पुढे होते. त्यांची मुले आणि रॉबिन हूड हे त्यांच्या दोन्ही बाजूस होते. मग सर्वांनी विलक्षण वेगाने घोडदौडीला सुरुवात केली.

या वेळी शेरीफ आणि त्याचे शिपाई नॉटिंगहॅमजवळ पोहोचले होते. गिलबर्ट त्यांच्या मध्यभागी होता. इतक्यात एक तीर सणाणत आला आणि शेरीफच्या अगदी जवळून निघून गेला. त्यामुळे शेरीफला घोडा थांबवणे भाग पडले. नंतर गॅमवेलच्या लोकांनी झाडांच्या आसऱ्याने तीरांचा भडीमार सुरू केला. शेरीफला लढण्याची फारशी आवड नव्हती. आपल्यापेक्षा शत्रूची टोळी मोठी आहे, हे पाहिल्यावर तर त्याने आपला घोडा शहराकडे दामटला. गॅमवेलच्या लोकांना रक्तपात नको होता, म्हणून ते काठ्या घेऊन सरसावले. थोड्या वेळात शेरीफच्या मार्गाने त्याचे शिपाईही पळाले. गिलबर्ट मोकळा होऊन आपल्या मित्रांमध्ये आला व मग ते सर्वजण आनंदाने गावाकडे परतले.

सर गायनी गिलबर्टला बाजूला बोलावून घेतले आणि ते म्हणाले, “माझ्या मित्रा! तुझी सुटका झाली, मला आनंद झाला; पण आपण आता सावधच राहिले पाहिजे. कोणत्याही क्षणी लढण्याची तयारी ठेवली पाहिजे. सूड घेण्यासाठी शेरीफ मोठ्या प्रमाणावर हल्ला करील, हे नक्की.”

“बरोबर आहे,” गिलबर्ट म्हणाला, “आता आपण बायका-मुलांना सुरक्षित ठिकाणी नेले पाहिजे. मी स्वत: या जंगलातच जन्मलो आणि वाढलो असल्यामुळे मला इथल्या सर्व जंगलवाटा माहीत आहेत. मला शोधून काढण्यासाठी शेरीफची माणसे प्रयत्न करतील. त्याकरता मला हे जंगलच योग्य आहे.”

यानंतर सर्व गावकऱ्यांची बैठक घेण्यात आली आणि सर गायच्या

यॉर्कशायरमधील इस्टेटीमध्ये सर्व बायका-मुलांना पाठवण्याचे ठरले. तरुणांनी मात्र जंगलाचा आधार घेण्याचे ठरवले. त्यांच्यापैकीच दोघांना नॉटिंगहॅमची बातमी काढण्यास पाठवले.

काही दिवस सर्व ठीक होते. नंतर बातमी आली, की शेरीफने राजाच्या कानी खोटीच हकिकत घातली आहे.

या काही दिवसांत सर्वजण आपल्या मौल्यवान वस्तू यॉर्कशायरला पाठवण्यात गुंतले होते. नंतर आठ दिवसांनी बातमीदारांनी एक बातमी आणली. राजाने गिलबर्ट, रॉबिनहूड, सरगाय, त्याची मुले आणि काही गावकरी यांना बंडखोर ठरवले असून, शेरीफ त्यांच्यावर लवकरच मोठा हल्ला करणार आहे.

त्यामुळे ताबडतोब संरक्षणासाठी कसून तयारी सुरू झाली. शेरीफच्या शिपायांनी पहिला हल्ला केला तेव्हा तो त्यांच्या कल्पनेपेक्षा जबरदस्त होता. जंगलात सर्व बाजूंनी असंख्य बाण सणसणत येत व घोडेस्वारांना जमिनीवर लोळवत. त्यामुळे शेवटी त्यांनी शिपायांचे चार गट केले आणि चारही बाजूंनी गावावर हल्ला चढवला. गावकरी शौर्याने लढले; पण शत्रूची संख्या फार मोठी असल्यामुळे त्यांना अखेरीस जंगलाचा आधार घ्यावा लागला. कित्येकजण मृत्युमुखी पडले आणि अतिशय दुःखाची गोष्ट म्हणजे त्यापैकी एक गिलबर्ट हा होता.

या धुमश्चक्रीतच शिपायांनी घरांना आगी लावल्या आणि ते सर्वजण नॉटिंगहॅमकडे परतले.

शेरीफने मुळी प्रतिज्ञाच केली होती की, ''रॉबिन हूड आणि त्याचे साथीदार यांना मी फासावर चढवीन.''

गॅमवेलचे लोक दुःखी होऊन गावात परतले. एव्हाना त्यांचे सर्वच जळून खाक झाले होते. लढाईत मरण पावलेल्या वीरांना त्यांनी अतिशय दुःखाने मूठ-माती दिली. शेवटी सर्वांना उद्देशून रॉबिन हूड म्हणाला, ''माझ्या मित्रांनो, मला अतिशय दुःख होते. माझ्यामुळेच तुमच्यावर हे संकट कोसळले आहे; पण या दुःखामध्येदेखील समाधानाला एक जागा आहे. आपण आपल्या हक्कासाठी आणि न्यायासाठी लढलो आहोत. आता आपल्यापुढे दोन मार्ग आहेत. सर गाय यांच्याबरोबर ज्यांना यॉर्कशायरला जाण्याची इच्छा असेल,

त्यांनी तिकडे जावे आणि माझ्याप्रमाणे या शेतांचा, जंगलांचा अधिकार सोडायला जे राजी नसतील त्यांनी याच शेरवुड जंगलात रहावे. याविषयी या क्षणीच निर्णय घेतला पाहिजे असे नाही. उद्या सकाळी जेव्हा आपण एकत्र जमू तेव्हा शेवटचा निर्णय घेऊ.''

मग त्या शूर माणसांनी झाडाखाली आश्रय घेतला व पहाऱ्यासाठी काही जणांना मोक्याच्या जागी उभे करून ठेवले.

दुसऱ्या दिवशी काहींनी हरणांच्या शिकारी केल्या व ती भाजून आपली न्याहारी उरकली. नंतर सर्वजण एकत्र गोळा झाले, तेव्हा रॉबिन हूड म्हणाला, ''माझ्या मित्रांनो, आपण इथे का जमलो आहोत, हे सर्वजण जाणताच. या जंगलात घर करण्याचा ज्यांचा निश्चय असेल, त्यांच्या बरोबर जंगलातले कष्ट आणि आनंद भोगण्यास मी तयार आहे. या विषयात ज्यांचा ठाम निश्चय असेल त्यांनीच पुढे यावे.''

त्याच क्षणी प्रत्येक जण पुढे आला. सर्वांनी उंच स्वरात घोषणा केली.... 'जंगल-जंगल!'

नंतर गावकऱ्यांतला एक प्रमुख म्हणाला, ''मित्रहो, आपण सर्वांनी जंगलात रहायचे ठरवले आहे. आपल्याला आता सहकार्याने रहावे लागेल. एकमेकांच्या कल्याणाकडे पहावे लागेल. तसे आपण वागलो नाही, तर इथल्यापेक्षा जंगलातही सुरक्षित रहाणे कठीण होईल आणि म्हणूनच आपल्याला 'पुढारी' हवा. त्याचा शब्द आपण मानला पाहिजे. रॉबिन हूड हा आपल्या मालकांचा पुतण्या आहे. हंटिंगटनचा वारस सरदार आहे. चांगल्या थोर कुळात तो जन्माला आलेला आहे. त्याचे शौर्य तुम्ही जाणताच. तो अगदी तरुण असला, तरी उत्तम धनुर्धारी आहे. त्याला सगळ्या जंगलवाटा परिचित आहेत. म्हणून आपण त्यालाच आपला 'पुढारी' करूया.''

त्याबरोबर सर्वांनी एकमुखाने घोषणा केली, ''रॉबिन हूड आमचा नेता!'' दोघा-तिघांनी त्याला उचलून खांद्यावर घेतले. शेवटी त्यांचे आभार मानून रॉबिन म्हणाला, ''पलीकडे हे जंगल पसरलेले आहे, तेच यापुढे आपले घर! या चौदा मैलांच्या परिसरापैकी एक तसूभरही जागा मला माहीत नाही, अशी नाही. आपण जिथे शांतपणे जगू शकू अशा ठिकाणी आता आपण जाऊया.''

नंतर ते जंगलामध्ये पाच मैलपर्यंत आत गेले. शेवटी रॉबिन जिथे थांबला, तिथे घनदाट झाडी होती. झुडपे बाजूला करताच त्यांना एक गुहा आढळली. त्या गुहेत स्वच्छ हवा खेळत होती. जमीन चांगली होती आणि शिवाय ती ऐसपैस होती. तिथे जास्त प्रकाश आणण्याची शक्यता होती. ती सुरक्षित गुहा पाहून सर्वांना आनंद झाला. याप्रमाणे रॉबिन हूड आणि त्यांचे रंगेल साथीदार यांचे बंडखोरीचे जीवन सुरू झाले.

यॉर्कशायर बे

रॉबिन हूड
आणि छोटा जॉन

यानंतर काही वर्षे उलटली. बंडखोरांना जंगल घरच्या सारखेच वाटू लागले. त्या गुहेमध्ये आता भरपूर सुखसोई केल्या होत्या आणि एखाद्या वाड्याप्रमाणे ती सजवली होती. त्यांचे कायदेकानून त्यांनी ठरवले होते आणि ते त्यांना मान्य होते. त्यांची गुहा त्यांच्या गटातील लोकांखेरीज इतरांस माहिती नव्हती. त्यांच्या राहण्याच्या जागेपासून जवळच एक मोठे मैदान होते आणि तेथील मोठ्या थोरल्या ओक वृक्षाखाली ते सर्व बंडखोर जमत. तिथे रॉबिन हूड न्याय-निर्णय करीत असे आणि मिळालेली लूट सर्वांना वाटून देत असे.

तुतारीचा आवाज ही इशाऱ्याची खूण म्हणून ठरली होती आणि कोणी संकटात सापडताच त्या इशाऱ्याने सर्व साथीदार परस्परांच्या मदतीसाठी धावत.

मनाला वाटेल तशी शिकार करून त्यांनी आपल्या पोटाचा प्रश्न सोडवला होता. एखादा श्रीमान गृहस्थ त्या जंगलातून जाताना सापडला, तर त्याच्या जवळील सर्व चीजवस्तू ते लुटून घेत व त्यामुळे त्याला रॉबिन हूडची जन्मभर आठवण राही.

मात्र एक होते, ते गरिबांना कधीही लुटत नसत. उलट शक्यतो त्यांना मदत करीत. स्त्रियांनाही त्यांच्यापासून कधी त्रास होत नसे. त्या निर्भयपणे जंगलातून वावरत असत. फावल्या वेळात ते नेमबाजीची आणि लाठीची तालीम करीत किंवा खेळ खेळत.

अशा तऱ्हेने काही वर्षे त्यांनी आनंदात घालवली. त्यांच्या हिरव्या झग्याच्या पोशाखाने ते कित्येक मैलांच्या परिसरात प्रसिद्ध होते.

शेरीफने अनेक वेळा त्याचे शिपाई पाठवले ; पण बंडखोरांचे नेमबाजीचे कौशल्य व जंगलाचे ज्ञान यामुळे ते त्या शिपायांना पिटाळून लावीत आणि शत्रू बेसावध सापडला, की त्याचा निकालच लावीत. शेवटी शेवटी हा नाद सोडून दिला.

वारंवार होणाऱ्या या चकमकींमुळे रॉबिनच्या साथीदारांची संख्या थोडी घटली. संरक्षणाच्या दृष्टीने हे धोक्याचे होते.

यानंतर बंडखोरांचा एक पंधरा दिवसांचा काल आनंदात नि शांतपणे गेला. निष्क्रियतेमुळे रॉबिन हूडला अगदी कंटाळा आला. मग काही नवा खेळ सापडेल म्हणून एकदा तो काही साथीदारांसह बाहेर पडला. जंगलात दूरवर गेल्यावर एका ओढ्यावरती झाडाचा एक प्रचंड ओंडका टाकून पूल तयार करण्यात आला. त्याच वेळी दुसऱ्या बाजूने एक माणूस घाईने त्यांच्याकडे येत होता. तेव्हा रॉबिनने आपल्या सहकाऱ्यांकडे वळून सांगितले की, ''माझ्या तुतारीचा इशारा मिळेपर्यंत तुम्ही झाडीमध्ये लपून रहा.'' मग तो एकटाच पुढे गेला. समोरून येणारा तो परका माणूस सात फूट उंच होता. त्याचे हात लांब होते. छाती भरदार व रुंद होती. तो चांगलाच ताकदवान असावा असे दिसत होते. आपली लाठी झुलवत झुलवत तो पुढे पुढे येत होता. रॉबिनची व त्याची त्या तयार केलेल्या पुलाच्या मध्यावरच नेमकी गाठ पडली. पूल तर एकालाच जाण्याइतका रुंद होता. दोघांपैकी कोणीच मागे हटेना.

''माझ्या वाटेतून दूर हो,'' तो प्रचंड माणूस उद्गारला.

''मुळीच नाही, तूच माझ्या वाटेतून दूर हो,'' असे म्हणून रॉबिनने त्वरेने भात्यातून बाण काढला. ते पाहून तो माणूस गरजला.

''जर तू धनुष्याला बाण लावलास, तर मी तुला मरेपर्यंत झोडपून काढीन.''

''तू एखाद्या गाढवासारखे बोलतोस. तुझी लाठी उचलण्याच्या आत माझा बाण तुझ्या काळजातून आरपार जाईल,'' रॉबिन उत्तरला.

"आणि तू भ्याडासारखा बोलतोस. धनुष्यावरील बाण माझ्या छातीवर रोखून उभा आहेस; पण माझ्यापाशी तर फक्त एक काठीच आहे.''

"मला भ्याडपणाचा तिरस्कार आहे,'' धैर्याने रॉबिन उद्गारला. ''माझे धनुष्य मी बाजूला ठेवतो आणि लाठी घेऊन येतो. मग पाहू या,'' असे म्हणून त्याने धावत माघारी जाऊन एका ओक झाडाची सणसणीत लाठी तोडून घेतली व तो पुलाच्या मध्यावर त्याच्यासमोर येऊन उभा राहिला. म्हणाला, ''इकडे बघ, आता माझ्याकडे चांगली लाठी आहे. आपण या पुलावरच लढू आणि जो कोणी ओढ्यामध्ये पडेल तो हरला, असे समजू. आता आपण सुरुवात करू.''

"मोठ्या आनंदाने," तो माणूस म्हणाला.

दोघेही लाठीबहाद्दर होते. बराच वेळपर्यंत ते सारख्याच कौशल्याने लढत होते. एकमेकांवर सपासप वार करीत होते. एकदा असे वाटले की, दोघेही त्या ओढ्यात पडणार. त्या प्रचंड माणसाचे एक क्षणभर दुर्लक्ष झाले आणि रॉबिनने टोला हाणला. त्या दणक्याने त्या प्रचंड माणसाची हाडे करकरली.

"याचे तुला बक्षीस दिलेच पाहिजे," तो प्रचंड माणूस म्हणाला, "जोपर्यंत माझ्या हातात लाठी आहे, तोपर्यंत तुझ्या ऋणात राहून मला मरण आवडणार नाही," आणि असे म्हणून त्याने पुन्हा लढण्यास सुरुवात केली.

पण आता तो परका माणूस फक्त रक्षणासाठीच लढत होता. अतिशय चपळतेने तो रॉबिनचे वार चुकवित होता. अचानकपणे त्याने रॉबिनच्या तोंडावर लाठीची फेक मारली आणि उजव्या हाताने रॉबिनचा मुकुट धरून त्याला खाली ओढ्यात फेकून दिले.

"आता कुठे आहेस तू, मित्रा?" तो विजेता हसत म्हणाला.

"ओढ्यामध्ये," रॉबिन उत्तरला, "तू मोठा शूर आहेस, तुझी जीत झाली. आता आपले द्वंद्व संपले," असे म्हणून रॉबिन ओढ्याच्या तीरावर आला आणि त्याने आपली तुतारी फुंकली. त्याबरोबर त्याचे दबा धरून बसलेले साथीदार त्या ठिकाणी धावत आले आणि त्या माणसाचा सूड घेण्यास उद्युक्त झाले; पण रॉबिन त्यांना म्हणाला, "थांबा, तो शूर खिलाडू माणूस आहे," नंतर तो त्या परक्या माणसाकडे वळून म्हणाला, "मित्रा, घाबरू नकोस. माझे नाव रॉबिन हूड नि हे माझे साथीदार आहेत. माझ्याकडे अशी पुष्कळच माणसे असून, ती आनंदात जीवन कंठीत आहेत. जर आम्हाला मिळालास, तर तुला आमचा पोषाख मिळेल आणि मग तू आमच्या टोळीत सामील झालास, असे आम्ही समजू."

"मोठ्या आनंदाने!" तो परका माणूस मोठ्याने म्हणाला. "मी तुमची मनापासून सेवा करीन. माझे नाव 'जॉन धाकटा' मी मर्दासारखी तुमची कामगिरी करीन."

"अगोदर त्याचे नाव बदलले पाहिजे आणि त्याबद्दल आपल्याला मेजवानी साजरी केली पाहिजे," रॉबिनचा एक सहकारी म्हणाला.

मग ते सर्वजण आपल्या नेहमीच्या ठिकाणी परत आले आणि त्या नवागताच्या स्वागतासाठी त्यांनी मोठी मेजवानी साजरी केली. त्याचे नाव 'छोटा जॉन' असे ठेवण्यात आले.

हा छोटा जॉन रॉबिनचा शेवटपर्यंत एक विश्वासू मित्र आणि सहकारी होता.

रॉबिन हूड आणि फ्रायरटक

वसंत ऋतूचा समय होता. शेरवुड जंगलामध्ये झाडांना हिरवी पालवी आली होती आणि चहूकडे फुलांचा सुगंध सुटला होता. रॉबिन हूड आणि त्याचे रंगेल साथीदार जीवनाचा आनंद लुटत होते. ते नाना खेळ खेळत, उड्या मारत, धावत, कुस्त्या लढत आणि तिरंदाजीचा अभ्यास करीत.

"तुमच्यापैकी कोणी पाचशे फुटांवरून हरीण टिपू शकतो का?" रॉबिन हूड एकदा म्हणाला.

ताबडतोब अनेकजण आपले कौशल्य दाखवण्यास पुढे सरसावले. 'विल्स स्टटलीफ' आणि मिलरचा मुलगा 'मच' हे टोळीतले चांगले तिरंदाज होते ; पण पाचशे फुटांवरून हरीण टिपण्याच्या शर्यतीत छोट्या जॉननेच यश मिळवले.

"या तिरंदाजीबद्दल माझे तुला धन्यवाद!" रॉबिन हूड उद्गारला, "शंभर मैलांच्या परिसरात तुझ्यासारखा तिरंदाज सापडणार नाही!"

यावर 'विल्स स्टटली' मोठ्याने हसला आणि म्हणाला, "या झऱ्याजवळच्या इमारतीत फ्रायर राहतो, तो तुम्हा दोघांनाही हरवील."

"असे असेल, तर मी त्याला भेटल्याशिवाय राहणार नाही," रॉबिन म्हणाला.

रॉबिनने ताबडतोब उत्तमपैकी धनुष्य आणि बाण घेतले. याखेरीज एक चांगली तलवार कमरेस लटकावली आणि तो घोड्यावर स्वार होऊन काही साथीदारांसह झऱ्याजवळच्या त्या घराकडे निघाला. त्या सुंदर दरीजवळ ते घर

होते. तिथे येताच रॉबिन एकटाच पुढे निघाला तोच झऱ्याच्या तीरावरून फिरत असलेला 'फ्रायर' त्याला दिसला. रॉबिन घोड्यावरून उतरला व त्याने आपला घोडा जवळच्याच झाडास बांधला. फ्रायरच्या कमरेस तलवार व पाठीस ढाल दिसत होती.

''फ्रायर, मला पलीकडे ने, नाही तर मी तुझा प्राण घेईन,'' रॉबिन म्हणाला.

फ्रायर एक शब्दही बोलला नाही ; पण जवळ येऊन त्याने रॉबिनला पाठीवर घेतले व त्या रूंद ओढ्यामधून त्याला पलीकडे नेऊन ठेवले. नंतर रॉबिनकडे तो वळून म्हणाला, ''भल्या माणसा, मला पलीकडच्या तीरावर नेऊन पोहोचव, नाही तर तुझी काही धडगत नाही,''

रॉबिनने फ्रायरला पाठीवर घेतले आणि प्रवाहातून त्यास पलीकडे नेऊन सुरक्षितपणे ठेवले. त्यास खाली ठेवून रॉबिन म्हणाला, ''मला, तू आता पलीकडे नेऊन सोड, नाही तर आता तुझी धडगत नाही.'' रॉबिन म्हणाला.

पुन्हा एकदा फ्रायरने रॉबिनला पाठीवर घेतले आणि एक शब्दही न बोलता तो ओढ्याच्या मध्यावर आला आणि अचानकपणे त्याने आपल्या पाठीवरचे धूड पाण्यात फेकून दिले.

''भल्या माणसा, आता बुडायचे की तरायचे, हे तू ठरव,'' फ्रायर हसत म्हणाला.

नंतर रॉबिन आणि फ्रायर दोघेही पटकन् तीरावर आले आणि कोरड्या जमिनीवर येताच त्यांनी एकमेकांशी लढण्यास सुरुवात केली. प्रथम रॉबिनने काही बाण सोडले; पण फ्रायरने ते सर्व ढालीवर झेलले. म्हणून मग उभयतांनी तलवारी उपसल्या.

सकाळी दहा वाजल्यापासून संध्याकाळी चार वाजेपर्यंत त्यांचे द्वंद्व चालू होते; पण ते दोघेही तलवारबहाद्दर असल्यामुळे कोणी कोणास हार जाईना. शेवटी फ्रायरला रॉबिनने विनंती केली, ''मला तीन वेळा तुतारी फुंकण्याची परवानगी दे.''

''हरकत नाही,'' फ्रायर म्हणाला, ''तुझी किंवा तुतारीची मला भीती वाटत नाही.''

रॉबिनने तीन वेळा तुतारी फुंकली आणि ती ऐकताच त्याचे पन्नास साथीदार धावत आले.

''कोण आहेत हे?'' फ्रायर गरजला.

''ते माझे रंगेल सवंगडी आहेत,'' रॉबिन उत्तरला.

''माझीही विनंती आहे. मला तीन वेळा शीळ घालू दे,'' फ्रायर म्हणाला.

''हरकत नाही,'' रॉबिन म्हणाला.

फ्रायरने तीन वेळा शीळ घातली आणि ती ऐकताच पन्नास तगडे कुत्रे धावत आले. मग त्यांच्याकडे बोट दाखवून फ्रायर म्हणाला, ''प्रत्येक माणसासाठी एक कुत्रा आहे आणि तुझ्यासाठी हा मी आहे.''

त्यावर एक पटाईत तिरंदाज उद्गारला, ''घालवून दे हे तुझे कुत्रे!''

"कोण आहेस रे तू मूर्खा, माझ्याशी बोलायला आला आहेस?" फ्रायरने विचारले.

"मी छोटा जॉन; रॉबिनचा माणूस. जर तू तुझ्या या कुत्र्यांना मागे घेतले नाहीस, तर त्यांना इजा होईल."

तरी पण फ्रायरने कुत्र्यांना हल्ला करण्याचा हुकूम दिला. त्यासरशी ते तिरंदाजांवर तुटून पडले; पण त्यापैकी अर्ध्या अधिकांच्या तोंडात बाण घुसल्यामुळे ते मरून पडले. त्याबरोबर फ्रायर ओरडला.

"थांबा. रॉबिन आणि मी तह करतो."

त्यावर रॉबिन म्हणाला, "या जंगलात तुझी आम्हास फार जरुरी आहे. जर ही दरी सोडून तू आम्हाला येऊन मिळशील, तर तुला आम्ही आमचा नवीन पोषाख देऊ आणि आमच्या टोळीत सामील करून घेऊ."

फ्रायरने तत्काळ या गोष्टीला कबुली दिली. कारण गेल्या सात वर्षांत किती सरदार, दरखदार, राजपुत्र येऊन गेले; पण त्याला अशी हार माहीत नव्हती.

मग तो बंडखोरांच्या बरोबर गेला आणि त्यांच्या टोळीत सामील झाला. पुढे तो 'फ्रायरटक' म्हणून प्रसिद्धीला आला.

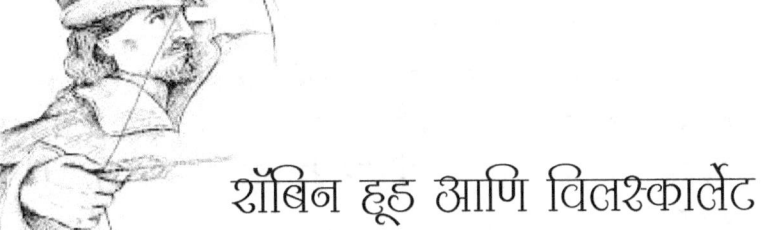

रॉबिन हूड आणि विलस्कार्लेट

एका सुप्रभाती बंडखोरांच्या या टोळीतील काहीजण गुहेपासून दूर अंतरावर नवीन बाण तयार करण्यात गुंतले होते. रॉबिन हूडने एकाएकी विचारले,

"आता किती वाजले असतील?"

"आता लवकरच दुपार होईल," छोटा जॉन म्हणाला.

"तर मी आता जंगलात जातो, कारण आपल्या जेवणाची अजून काहीच सोय झालेली नाही," रॉबिन उत्तरला.

त्याने हरीण शिजवण्यासाठी चूल पेटवायला सांगितली आणि कोणी अतिथी आल्यास त्याच्याकडे लक्ष ठेवण्यास सांगितले. कारण बंडखोरांचा असा रिवाज होता, की कोणी श्रीमान किंवा सरदार जेवावयास आला, तर त्याची करमणूक करून त्याच्याजवळ असलेल्या सर्व चीजवस्तू त्याला ठेवून जाणे भाग पाडणे.

मग रॉबिन एकटाच जंगलात निघाला. त्याला एक चांगले हरीण दिसले. तत्काळ धनुष्यावर तीर चढला. त्याच वेळी हरणाने उडी घेतली; पण त्याच्या काळजातून बाण आरपार गेला होता. ते घायाळ होऊन खाली पडले.

एवढ्यात हातात धनुष्य-बाण घेऊन एक तरुण त्या ठिकाणी आला. त्याने भारी किमतीचा पोषाख केला होता. शेंदरी रंगाचा झगा आणि त्याच रंगाचे मोजे त्याला शोभून दिसत होते....

"चांगला नेम मारलास," रॉबिन त्याच्या जवळ जात उद्गारला. पण हा

गुन्हा आहे. तू राजाचे हरीण मारले आहेस. हरकत नाही, मला एक चांगला तिरंदाज पाहिजे होता. तुला पटत असेल, तर मी तुला माझा सरदार करीन.''

''जा रे भ्याडा,'' तो परस्थ म्हणाला, ''लवकर पाय काढ इथून. नाही तर ठोसे मारून तुला सीधा करीन.''

''तुझ्या कल्याणासाठीच सांगतो, असे करू नकोस. माझेही हात चांगले समर्थ आहेत व माझ्याजवळ शस्त्रेही आहेत. शिवाय, मी तुतारी फुंकण्याचा अवकाश, की तुला नरम करण्यास माझे साथीदार धावून येतील,'' रॉबिन म्हणाला.

रॉबिनच्या या बोलण्यावर त्या परस्थाने एकदम धनुष्यच सरसावले. त्यावर रॉबिनही सज्ज होऊन म्हणाला, ''ठीक आहे. आपण धनुष्याने लढलो, तर दोघांपैकी एकजण मरणारचं. तुला लढायचेच आहे तर आपण तलवारीने लढू या.''

मग दोघेही सज्ज झाले आणि त्यांचे द्वंद्व सुरू झाले; पण थोड्याच वेळात रॉबिनने त्याच्यावर जोरदार वार केला. नंतर रॉबिनही त्याच्या वाराने जखमी झाला व मग दोघेही थोडावेळ विश्रांतीसाठी थांबले.

''पुन्हा सुरुवात करण्यापूर्वी मला तुझे नाव सांग,'' रॉबिन म्हणाला.

''माझे नाव गॅमवेल आहे आणि मी माझा काका रॉबिन हूड याच्या शोधात या जंगलात आलो आहे,'' तो परस्थ उत्तरला.

''भल्या माणसा, हे तू मला प्रथमच सांगितले असतेस, तर ही लढण्याची वेळच आली नसती. तुला पाहून बरीच वर्षं झाली म्हणून मी ओळखले नाही. मीच रॉबिन हूड आहे,'' रॉबिन म्हणाला.

मग त्या दोघांनी एकमेकांना मिठ्या मारल्या आणि ते हरीण घेऊन दोघे बंडखोरांच्या गुहेकडे परतले. वाटेत त्यांना छोटा जॉन भेटला. तो म्हणाला, ''धनी, तुम्ही इतका वेळ काय करीत होता?''

रॉबिन हसून म्हणाला, ''मी गेलो होतो शिकारीला. वाटेत हा परस्थ भेटला. आम्ही द्वंद्व केले आणि त्यात याने मला जखमी केले.''

''असं? मग आता मी त्याच्याशी सामना करतो,'' छोटा जॉन तलवार उपसत म्हणाला.

''नको. आता तो माझा सरदार आहे,'' रॉबिन म्हणाला, ''यापुढे तो माझा एक प्रमुख तिरंदाज होईल. तुझ्या खालोखाल त्याचा दर्जा राहील. आता मी रॉबिन हूड, तू छोटा जॉन आणि हा विलस्कार्लेट असे आपण तिघे या प्रांतातील सर्वश्रेष्ठ शूर असे बंडखोर म्हणून हा आसमंत गाजवून सोडू.''

दुःखी सरदार

एकदा शेरवुडच्या जंगलामध्ये रॉबिन हूड, छोटा जॉन, विलस्कार्लेट आणि इतर सहकारी यांच्याशी बोलत बसला होता. छोटा जॉन म्हणाला, ''धनी, आता जेवायची वेळ झाली आहे.''

''ते खरे; पण कोणीतरी अतिथी, सरदार, दरखदार बरोबर जेवायला असल्याखेरीज मला जेवायची इच्छा नाही. मी त्याला मेजवानी देईन आणि त्याचा पुरेपूर मोबदला पण घेईन.''

हे ऐकून छोटा जॉन आणि विलस्कार्लेट एखाद्या अतिथीच्या शोधार्थ जंगलाच्या उजव्या बाजूस निघाले. वाटेत ते एका झाडामागे लपून बसले व पाहुण्याच्या आगमनाची वाट पाहू लागले.

''ऐक, मला घोड्याच्या टापा ऐकू येत आहेत,'' छोटा जॉन म्हणाला.

आणि थोड्याच वेळात खरोखरीच एक स्वार त्या झाडीजवळ आला. तो सरदार होता; पण त्याचे कपडे अतिशय मळकट होते आणि तो जेमतेम कसातरी चालला होता. जीवनामध्ये काही अर्थ नाही, असे त्याला वाटत असल्याचे दिसून येत होते.

''सरदार दरिद्री दिसतो,'' स्कार्लेट म्हणाला, ''त्याचे कपडे तर अगदीच मळकट दिसताहेत.''

''तो अगदीच दरिद्री आणि दुर्दैवी दिसतोय; पण कदाचित या जंगलातून सुरक्षित पार पडण्यासाठीही त्याने हे सोंग आणले असावे!'' छोट्या जॉनने शंका काढली.

एवढे होईतो तो सरदार जवळ आला होता. त्याने मान खाली घातली होती व त्याचा चेहरा उदास वाटत होता. घोड्याच्या मानेवर त्याने लगाम तसाच सोडला होता. तो अतिशय विचारात असावा, असे दिसत होते. घोडा थांबला तेव्हाच तो आपल्या विचारातून जागा झाला.

''नमस्कार महाशय!'' छोटा जॉन पुढे होऊन म्हणाला, ''तुमचीच वाट पाहत आहोत.''

''माझी? माझी अन् वाट पाहत होता?अशक्य !'' सरदार म्हणाला.

''खरेच! आमचे धनी आपली भोजनासाठी वाट पाहत आहेत.'' विलस्कार्लेट म्हणाला.

''माझी वाट पाहताहेत... अशक्य! तुमचा धनी आहे तरी कोण?'' सरदाराने विचारले.

''आमचा धनी रॉबिन हूड,'' विलस्कार्लेटने सांगितले.

''काय?.... तो प्रसिद्ध जंगलाचा राजा?'' त्या सरदाराने आनंदाने पृच्छा केली.

''हो... तोच!'' विलस्कार्लेट म्हणाला.

त्यावर सरदार म्हणाला, ''मी त्याच्याविषयी पुष्कळच ऐकले आहे. त्याने अनेक चांगल्या गोष्टी केल्या असून, मनाचा मोठा उदार आहे; पण त्याने माझी अपेक्षा कशी करावी, हेच मला समजत नाही. असो. त्याच्याबरोबर चार घास खाण्यात मला आनंदच वाटेल.''

''थोड्याच वेळात समजेल तुला!'' छोटा जॉन मिस्कीलपणे हसून म्हणाला.

''चला तर... मी तुमच्याबरोबर येतो,'' असे म्हणून सरदार पुढे निघाला.

छोट्या जॉनने घोड्याचा लगाम हाती घेतला व तोही चालू लागला – विलस्कार्लेट मागोमाग होताच.

शेवटी ते ज्या ठिकाणी येऊन पोहोचले, त्या मोकळ्या मैदानाभोवती मोठी वृक्षराजी होती. तिथली जमीन गर्द हिरवळीने नटलेली होती. मध्यभागी एक पुरातन असा ओक वृक्ष होता. त्या वृक्षराजाजवळून एक लहानसा ओढा वहात होता आणि त्याच वृक्षाच्या छायेत रॉबिन हूड आणि त्याचे सहकारी त्यांची वाट पाहत बसले होते.

सरदार तिथे येताच सर्वांनी त्याचे मोठे स्वागत केले; मग त्यांनी त्याला रॉबिनच्या उजव्या हाताला जेवायला बसवले.

मोठ्या आनंदाने जेवणे आटोपली. शेवटी तो सरदार म्हणाला....

"ज्या सन्मानाने आणि आपुलकीने तुम्ही मला वागवलेत, त्याबद्दल मी तुमचा अतिशय आभारी आहे. तुम्ही कधी 'ली-कॅसल' च्या भागात आलात, तर माझा पाहुणचार अवश्य घेतला पाहिजे."

"जरूर! जरूर!" रॉबिन पाहुण्याकडे पाहून म्हणाला. "सरदारसाहेब, या माझ्या जंगलात ज्यांना भोजनाची आवश्यकता आहे. त्यांना मी ते आनंदाने देतो... आणि तेही निरपेक्ष वृत्तीने; पण तुमच्यासारख्या श्रीमान सरदाराला मी तशा निरपेक्ष वृत्तीने काही देणार नाही. तुम्हाला मी उत्तमांतले उत्तम देऊन, तुमच्याकडून अधिकांत अधिक चांगल्याची अपेक्षा करतो."

त्यावर सरदार म्हणाला, "मला फार वाईट वाटते. मी तुमचा एक गरीब पाहुणा आहे. सरदारकीची वस्त्रे जरी माझ्या अंगावर दिसत असली, तरी माझ्याजवळ पैसे फारच थोडे आहेत आणि तेच माझे सर्वस्व आहे!"

"माझा यावर विश्वास बसत नाही!" रॉबिन म्हणाला.

"खरी वाटू नये अशीच ही गोष्ट आहे. तुमच्या माणसांपैकी कोणीही माझी झडती घ्या. मला त्याचे वाईट वाटणार नाही."

त्याबरोबर छोट्या जॉनने तत्परतेने त्याची सर्व तपासणी केली व म्हटले, "सरदारसाहेबांनी खरे तेच सांगितले. त्यांच्याकडे फक्त थोडीशी चिल्लरच आहे."

"... आणि तेवढेच माझे सर्वस्व आहे," सरदार म्हणाला. त्यावर रॉबिन म्हणाला, "मग तुम्ही सरदार नसावेत किंवा असलात तर सर्व संपत्ती तुम्ही उधळली असली पाहिजे."

"या दोन्हींपैकी एकही खरे नाही," सरदार म्हणाला.

"मग कोणत्या कारणाने ही परिस्थिती तुमच्यावर आली?" रॉबिनने विचारले, "जर तुमच्यावर कोणी अन्याय केला असेल तर मला सांगा. माझे साहाय्य तुम्हाला उपयोगी पडेल."

"तुम्ही अनेक दुःखी माणसांना साहाय्य दिलेले आहे, असे माझ्या ऐकिवात आहे आणि माझी कहाणी ऐकल्यावर तर माझ्याविषयी तुम्हाला

नक्कीच सहानुभूती वाटेल, असा मला विश्वास वाटतो,'' सरदार म्हणाला.

मग त्याने आपली कहाणी सांगायला सुरुवात केली.

मी ली-कॅसलचा सरदार सर रिचर्ड. माझा किल्ला आणि जमीन सेंट मेरी चर्चजवळ दोन मैल अंतरावर होता. माझा एकुलता एक मुलगा हर्बर्ट याचे लग्न माझ्या एका जुन्या मित्राच्या मुलीशी व्हायचे होते; पण मुलीने किल्ल्याला भेट देताना 'शेरीफ'च्या प्रांतातील कोण्या एका माणसाचे प्रेम तिच्यावर जडले असल्याचे सांगितले. पुढे त्याने तिला पळवून नेली. हर्बर्टने त्यांचा पाठलाग केला आणि नंतरच्या चकमकीत तो माणूस ठार झाला. पुढे त्या माणसाला मारल्याच्या अपराधाबद्दल हर्बर्टला देहान्ताची शिक्षा झाली.

मग मी स्वत: राजाला भेटायला गेलो आणि फार मोठा दंड देण्याच्या अटीवर त्याची सुटका करून घेतली; पण दंडाच्या रक्कमेत चार हजारांची उणीव होती. ती रक्कम मी 'सेंट मेरी' च्या ॲबोटकडून कर्जाऊ घेतली. मारल्या गेलेल्या माणसाचा तो नातेवाईक होता आणि माझा सर्वांत मोठा शत्रू!

आता मी घेतलेली ती चार हजारांची रक्कम, शिवाय माझ्या इस्टेटीचे वार्षिक उत्पन्न त्याला द्यावयाचे होते. यात माझ्याकडून कसूर झाली, तर त्या बदल्यात माझी सर्व इस्टेट त्याला द्यावयाची. मुलाचा प्राण वाचवण्यासाठी मी हे सर्व मान्य केले. माझ्याजवळ या वेळी जे काही तुम्हाला दिसतेय, तीच माझी कर्जफेडी रक्कम.''

''ॲबोट तुम्हाला जास्त मुदत देणार नाही का?'' रॉबिनने मध्येच विचारले.

''छे:! एक घटका नाही की क्षण नाही. देण्यापैकी पै न् पै ठरलेल्या वेळी मी चुकती केली नाही, तर माझी सर्व इस्टेट त्याच्या मालकीची होईल आणि मग मी, माझी प्रिय पत्नी व माझा मुलगा देशोधडीला लागू. करता येण्याजोगे सर्व काही मी केले – पण काही मार्ग नाही. मी एक भिकारी आहे. मला मदत करणारे कोणी मित्र नाहीत... नाही कोणीच नाही!''

सरदाराने हाताने आपले तोंड झाकून घेतले. त्याच्या डोळ्यांतून अश्रूंचे टपोरे थेंब गळू लागले.

हे सर्व ऐकून ते बंडखोर सद्गदित झाले. थोड्या वेळाने रॉबिन म्हणाला, ''या रकमेला जामीन राहणारा तुमचा कोणी मित्र नाही का?''

"एकही नाही. मला थोडी जरी मुदत मिळाली असती, तरी मी सर्व रकमेची परतफेड करू शकलो असतो; पण मला कोणी जामीन मिळू शकत नाही!"

त्यावर रॉबिन म्हणाला, "अपेक्षा नसताना आम्हाला कधी असा मित्र मिळतो. तुमच्यासारख्या सरदाराची ही केविलवाणी स्थिती पाहवत नाही... छोटा जॉन, सोन्याचा साठा कुठे आहे, ते तुला माहीत आहे. त्यातली चार हजारांची रक्कम आण. विलस्कार्लेट तूही जा त्याच्याबरोबर आणि या सरदारसाहेबांच्यासाठी त्यांच्या अंगाला बरोबर बसतील, असे कपडे आण."

"थांबा... काय करता आहात तुम्ही, मला काही समजत नाही," सरदार म्हणाला.

"तुम्ही गप्प बसा. तुम्ही याची परतफेड कराल याचा मला विश्वास आहे. तुमचे सर्वस्व गेले आहे. अशा दरिद्री अवस्थेत आम्ही तुम्हाला ॲबोटच्यापुढे उभे राहू देणार नाही. म्हणून वुईल, कपडे घेऊन येताना सरदार महाशयांना शोभेल असा उमदा घोडाही घेऊन ये.''

...आणि हे पाहून सरदार आश्चर्याने स्तंभित झाला. त्याच्या तोंडातून शब्दच फुटेना. नंतर पैसे, कपडे, रॉबिनने दिलेला तो उमदा घोडा घेऊन सरदार साहेबांनी अडखळत... अडखळत त्याचे आभार मानले व शेवटी विचारले, ''मी हे पैसे केव्हा परत करायचे?''

''आजपासून एक वर्षाने आणि तेही शक्य असेल तर! तसेच काही घडले नाही, तर या झाडाखाली मी तुम्हाला परत भेटेन; तुम्ही माझी वाट पहा.''

''ठीक आहे. जगलो वाचलो तर मी येथे हजर आहे,'' सर रिचर्ड घोड्यावर स्वार होत म्हणाला, ''रॉबिन हूड, तू आज माझ्यासाठी जे केले आहेस त्याबद्दल परमेश्वर तुझे कल्याण करील,'' एवढे बोलून थोड्याच वेळात तो त्या गर्द वृक्षराईत दिसेनासा झाला.

''एक तृप्त अंतरात्मा इथून जात आहे,'' छोटा जॉन उद्गारला.

''दिलेला शब्द पाळणारा हा माणूस आहे,'' रॉबिन उद्गारला.

नंतर सर रिचर्ड वेगाने 'सेंट मेरी चर्च'कडे गेला आणि ॲबोटच्यापुढे कर्जाची सर्व रक्कम ओतून तो मुक्त झाला.

ते पाहून ॲबोटने तोंडात बोटच घातले! तिथून निघाल्यावर सरदारने घोडा आपल्या किल्ल्याकडे वळवला. तिथे त्याची पत्नी वाट पहात होती.

पतीला पाहताच तिने उतावीळपणाने विचारले... ''आपले सर्वस्व गेले ना?''

''नाही. आपले सर्वस्व शाबूत आहे आणि त्यासाठी तू रॉबिन हूडचे आभार मान. कारण त्यानेच मला साहाय्य केले... आणि माझे ऐश्वर्य जाऊ दिले नाही.''

दोन साधू व धनसंपत्ती

एक वर्षाचा काळ संपत आला. आता सरदारसाहेबांनी रॉबिन हूडला परत भेटावयास हवे होते. त्या उदार बंडखोराने दिलेली रक्कम परत करण्याची वेळ आली होती. वर्षभर सरदारसाहेब कार्यमग्न होते. त्यांनी आतापावेतो चार हजारांची रक्कम जमवली होती. शिवाय, शंभर धनुष्ये व तितक्याच बाणांनी भरलेले भाते रॉबिन हूडला भेट म्हणून देण्याकरता आणवून घेतले होते. काही नोकरांना बरोबर घेऊन मोठ्या आनंदी मनाने ते जंगलाकडे जाण्यास निघाले.

जाताना रस्त्यामध्ये एका ठिकाणी एका पुलावर आपल्या सर्व मंडळींसहित ते आले असता, तिथे जवळच चाललेली कुस्त्यांची दंगल पाहण्यास थांबले. विजेत्यांना चांगली बक्षिसे ठेवण्यात आली होती. एक पांढरा बैल, जिनासहित घोडा, एक दारूचे भरलेले पिंप, सोन्याची अंगठी इत्यादी. विजेता माणूस अंगापिंडाने भरदार असून ताकदवान होता. तो फार दूरवरून आलेला होता. त्याच्या ओळखीचे इथे कोणीच नव्हते. तिथल्या कुस्तीगिरांना या परक्या माणसाने बक्षीस मिळवावे याचे वैषम्य वाटले; म्हणून त्यांनी त्याला हाकलून देण्याची तयारी केली. ते पाहून सर रिचर्ड पुढे झाले आणि त्या माणसाला बक्षिसे देण्यास भाग पाडले. नंतर त्या विजेत्याला त्याने जिंकलेल्या त्या दारूच्या पिंपातील दारू सर्वांना वाटण्यास सांगितले. या प्रकरणात सरदारसाहेबांचा बराच वेळ गेला. दुपार उलटून गेली. त्यामुळे ते ठरल्या

मुक्कामावर वेळेवर पोहोचू शकले नाहीत. इकडे रॉबिन हूड जंगलामधील त्या वृक्षाखाली न जेवता सरदारसाहेबांची वाट पहात होता.

‘‘सरदारसाहेब अजून आले नाहीत कसे?’’ रॉबिन छोट्या जॉनला म्हणाला.

‘‘काळजीचे काही कारण नाही. ते विश्वास ठेवण्यास सर्वस्वी लायक आणि स्वत:चा शब्द पाळणारे आहेत, याची मला खात्री आहे,’’ छोटा जॉन उद्गारला.

‘‘बरे तर ठीक आहे. आता तुम्ही तुमचे धनुष्यबाण घ्या आणि पंक्तीला कोणीतरी पाहुणा घेऊन या.’’

मग छोटा जॉन, स्कार्लेट आणि मच हे तिघे त्या कामावर निघून गेले आणि रस्त्यावर एका ठिकाणी थांबले. थोड्या वेळातच त्यांना त्या बाजूने दोन साधू येताना दिसले. दोघेही चांगल्या उमद्या घोड्यांवर स्वार झाले होते. त्यांच्यामागून पन्नास घोडेस्वारही होते आणि त्या घोडेस्वारांच्या मध्यभागी धनसंपत्ती लादलेले असे सात घोडे चालले होते.

‘‘वा! छान!’’ छोटा जॉन एकदम म्हणाला, ‘‘या साधू लोकांनी आपल्यासाठीच काहीतरी आणलेले दिसतेय! आता आपण त्यांना आपल्याबरोबर नेले पाहिजे; नाहीतर रॉबिनला तोंड दाखवण्याची सोय नाही.’’

तिघेही मग त्या रस्त्याच्या मध्यभागी आले. विलस्कार्लेटने तुतारी फुंकली आणि त्या संकेताप्रमाणे हिरव्या पोषाखातले त्यांचे सहकारी धावतच त्यांना येऊन मिळाले. त्यांना पाहताच त्या साधूंबरोबरचे बहादूर शिपाई आपल्या धन्यांना सोडून धूम पळत सुटले.

बिचारे साधू असहाय्य होऊन बंडखोरांच्या हाती सापडले. आता त्यांना बंडखोरांची आज्ञा ऐकण्याखेरीज गत्यंतरच नव्हते. मग साधूंसह त्यांचे संपत्तीने लादलेले घोडे घेऊन ती मंडळी रॉबिन हूडकडे आली. रॉबिन हूड आणि ते ताबडतोब भोजनाला बसले. रॉबिनने त्यांची मोठ्या आतिथ्यशीलतेने बडदास्त ठेवली.

बंडखोरांबरोबर यथेच्छ भोजन चालू असतानाच साधूंना आपल्या भवितव्याची चिंता सतावत होती.

शेवटी भोजन संपताच रॉबिनने विचारले, ‘‘तुम्ही कोणत्या चर्चपैकी आहात?’’

‘‘सेंट मेरी चर्चमधून,’’ साधूंनी एका शब्दांत उत्तर दिले.

ते कळताच रॉबिन म्हणाला, ‘‘वा:! छान! मी आपलीच वाट पाहत होतो. माझ्यासाठी आपण काही सोने-नाणे आणले असेलच. आता खरे सांगा, तुमच्या पिशव्यांमध्ये काय काय आहे?’’

‘‘महाराज, आमच्याकडे फक्त वीस नाणी आहेत,’’ दोघांपैकी एका वृद्ध साधूने उत्तर दिले.

‘‘एवढेच जर तुमच्याजवळ असेल तर त्यातली एक पैही मला नको. उलट मीच तुम्हाला जरूर मदत करीन.’’

छोट्या जॉनला पुढे काय करायचे हे सांगण्याची आता गरजच नव्हती. त्याने जमिनीवर एक चादर पसरली आणि घोड्यांच्या पाठीवरच्या थैल्या तिथे आणून त्यावर मोकळ्या करण्यास सुरुवात केली. शेवटी ती सर्व संपत्ती मोजल्यावर त्यात सुवर्णाची आठ हजार नाणी आहेत, असे आढळून आले.

‘‘वा!...’’ छोटा जॉन आनंदाने म्हणाला, ‘‘तू अॅबोटला दिलेल्या रकमेच्या दुप्पट रक्कम परत पाठवलेली दिसतेय.’’

आपली सर्व संपत्ती आता गेलीच, असे दिसून येताच तो वृद्ध साधू ओरडू लागला, ‘‘अगोदर जेवायला घालून नंतर लूट मारायची, याची तुम्हाला शरम वाटायला हवी.’’

‘‘ही आमची जुनीच प्रथा आहे!’’ रॉबिन हसत हसत म्हणाला.

एवढे झाल्यावर ते साधू आता तिथे अधिक वेळ थांबायला तयार नव्हते. ते निघून जाऊ लागलेले पाहून रॉबिन म्हणाला.

‘‘नाही! नाही! थांबा. जाताना काहीतरी पेय तुम्ही घेतलेच पाहिजे.’’

पण साधू मुळीच थांबले नाहीत. त्यांनी तितक्या जलदीने घोडे दामटता येतील तितके दामटले आणि तिथून ते नाहीसे झाले.

त्यावर विलस्कार्लेट मोठ्याने हसून म्हणाला, ‘‘अॅबोटला आमचा नमस्कार सांगा आणि म्हणावे, रोज एकतरी असाच पाहुणा जेवायला पाठवत जा.’’

साधू गेल्यानंतर बंडखोर सर रिचर्ड अद्याप कसे आले नाहीत, याचा

विचार करू लागले. वेळ जात होता; पण सूर्यास्ताला थोडा अवकाश होता. इतक्यात सर रिचर्ड आणि त्यांचे नोकर तिथे येऊन पोहोचले.

''रॉबिन हूड... तुला आणि तुझ्या मित्रांना माझे आशीर्वाद!'' सर रिचर्ड तिथे येताच म्हणाले, ''सरदारसाहेब, मी तुमचे स्वागत करतो. तुमची इस्टेट तुम्हाला परत मिळाली ना?''

''होय. त्याबद्दल मी तुमचा आभारी आहे. मला इथे यायला थोडा उशीर झाला, याबद्दल वाईट वाटते,'' असे म्हणून सर रिचर्डने वाटेतील कुस्त्यांच्या दंगलीची हकिकत त्याला सांगितली.

त्यावर रॉबिन आनंदाने उद्गारला, ''वा! छान केलंत! चांगल्या तरुणाला जो मदत करतो त्याचा मी सदैव मित्रच राहीन.''

नंतर सरदारसाहेबांनी आपल्याबरोबर आणलेले सर्व पैसे त्याच्यापुढे ठेवले आणि म्हटले, ''एक वर्षापूर्वी नेलेली ही रक्कम मी आज परत करीत आहे. ही रक्कम मला परत करता आली; पण तुझ्या दयाळूपणाबद्दल मात्र मी सदैव ऋणीच राहीन. कोणत्याही वेळी व कसलीही मदत तुला लागली, तर तू मला आज्ञा कर, मी त्यासाठी माझे प्राणही वेचीन.''

परंतु रॉबिनने ते पैसे स्वत: घेतले नाहीत; उलट ते परत घेण्याची सरदारसाहेबांना विनंती केली आणि हसत हसत पैसे अगोदरच कसे मिळून चुकले आहेत, याची समग्र हकिकत सांगितली.

''पण हे तुझे ऋण आहे. तू साधूंच्याकडून जी लूट मिळवलीस ती निराळी गोष्ट!'' असे म्हणून सरदारसाहेबांनी पैसे घेण्याचा रॉबिनला पुन्हा आग्रह केला.

त्यावर रॉबिन म्हणाला, ''हे तुमच्याकडेच ठेवा आणि त्याचा चांगल्या कामी उपयोग करा. या झाडाखाली तुमचे केव्हाही स्वागतच होईल!'' नंतर त्यांनी बरोबर आणलेले धनुष्य व बाण पाहून तो म्हणाला, ''अन्... हे कशाकरता?''

''तू मला जे औदार्य दाखवलेस त्याप्रीत्यर्थ ही लहानशी भेट!''

सरदारसाहेबांचा हा चांगुलपणा पाहून रॉबिनला फार आनंद वाटला. त्याने छोट्या जॉनला बोलावून घेतले व सेंट मेरी चर्चच्या साधूंकडून मिळालेली रक्कम सरदारसाहेबांना देण्यास सांगितले. सर रिचर्डना तो म्हणाला, ''जंगलात राहणाऱ्या आम्हा लोकांपेक्षा तुम्हालाच या पैशांची अधिक जरुरी आहे.''

मग थोडा वेळ विश्रांती घेतल्यानंतर बंडखोरांच्या औदार्याबाबत त्यांचे आभार मानून सरदारसाहेब आपल्या नोकरांसह परत जाण्यास निघाले.

सन्मान्य व सत्प्रवृत्तीच्या लोकांशी रॉबिन असाच वागत असे.

रॉबिन हूड आणि सर गाय निसबोर्न

त्या वेळी नॉर्मंडीची लढाई नुकतीच संपली होती व पुष्कळसे नॉर्मन लोक राजाने दिलेली इनामे ताब्यात घेण्यासाठी इंग्लंडला परतत होते. त्यांचा घरी येण्याचा मार्ग शेरवुडच्या जंगलामधूनच जात होता. रॉबिन आणि त्याचे सवंगडी यांची त्या लोकांवर चांगली नजर होती. ते लोक तिथून जाताना रॉबिनची माणसे त्यांच्यावर हल्ला करीत आणि त्यांच्या सर्व चीजवस्तू लुटून घेत. हा आपला अधिकारच आहे. असे ते समजत. त्यामुळे त्या लोकांना हा प्रवास फारच महागात पडे.

यानंतर बरेच तक्रारअर्ज करण्यात आले. त्यामुळे नॉटिंगहॅमच्या शेरीफला रॉबिन हूड आणि त्याचे सवंगडी यांना पकडण्यासाठी लाजे-काजेने का होईना, सैन्य जमा करावे लागले; पण याही वेळी पूर्वीप्रमाणेच त्यांचे सर्व प्रयत्न निष्फळ झाले. बंडखोर त्यांच्या दृष्टीस पडत नसत आणि त्यांची माणसे मात्र भराभर कमी होत जात. त्यामुळे नाईलाजाने शेरीफला हात हालवीत परतावे लागले. रॉबिनचे तिरंदाज जवळजवळ किल्ल्यापर्यंत त्यांचा पाठलाग करीत.

नंतर रॉबिन हूडला पकडण्यासाठी एक फार मोठे इनाम ठेवण्यात आले. पुष्कळांनी प्रयत्न केले; पण जंगलात पोहोचताच एक तर त्यांना बंडखोरांना सामील व्हावे लागे, नाहीतर त्यांना असे जबरदस्त पिटून काढण्यात येई, की पुन्हा ते त्या जंगलाचे नाव घेण्यासही धजत नसत.

एक दिवस राजा हेन्रीचा एक नॉर्मन सरदार नॉटिंगहॅमच्या किल्ल्यात आला. त्याचे नाव सर गाय निसबोर्न. तो लढाईवरून घरी परतत होता. त्याच्याबरोबर चांगले भरपूर सैन्य होते.

शेरीफने त्याला रॉबिनविषयी बऱ्याच खऱ्या–खोट्या गोष्टी सांगितल्या. आपण त्या बंडखोराला पकडण्यात अपयशी झालो, याबद्दल त्याने दिलगिरी व्यक्त केली. त्यावर सर गाय निसबोर्न म्हणाला, "असं? मग मला सांग तो नराधम कुठे आहे? मी त्याला स्वत: पकडीन, इतकेच काय, त्याचे कान कापून त्याला जवळच्या झाडावरच फाशी देईन."

"सध्या तो बान्सडेलच्या जंगलात आहे," शेरीफ उत्तरला.

"तर मग मी त्याला शोधून काढीन. मी स्वत: वेषांतर करून तिकडे जाईन, म्हणजे त्याला मी सरदार आहे हे समजणार नाही आणि मग त्याला वठणीवर आणण्यास सोपे जाईल."

"मीही माझ्या आणि तुमच्या माणसांना घेऊन जंगलाच्या तोंडावर राहीन," निसबोर्नच्या बोलण्याने उत्साह येऊन शेरीफ म्हणाला.

"तुम्ही त्या दुष्टाला ठार मारलेत, की तुम्ही तुतारी फुंका; म्हणजे आम्ही तुमच्यात सामील होऊ."

याप्रमाणे सर्व योजना आखण्यात आली.

दोन दिवसांनंतर एकदा जेव्हा रॉबिन हूड जंगलामध्ये झोपला होता, तेव्हा त्याला एकाएकी जाग आली.

"काय झाले धनी?" छोट्या जॉनने विचारले.

"मला एक वाईट स्वप्न पडले," असे म्हणत रॉबिनने चौफेर दृष्टी टाकली. दूरवर त्याला एक परका माणूस दिसला. त्याचा वेष चमत्कारिक होता. त्याने घोड्याची कवटी डोक्यावर ठेवली होती व मागे एक शेपूट लावले होते. झग्याच्या आतमध्ये तलवार व धनुष्य लपवून ठेवले होते. तो एखाद्या राक्षसासारखा दिसत होता.

"वा!" रॉबिन उद्गारला, "इथे कोणीतरी चमत्कारिक दिसणारा गुंड आलेला दिसतोय. आता जर त्याने चटकन काढता पाय घेतला नाही, तर त्याला शस्त्राचे पाणी पाजावे लागेल!"

"तो एखाद्या चावऱ्या कुत्र्यासारखा दिसतोय. तुम्ही इथेच थांबा. तो कोण आहे, याची मी चौकशी करतो आणि इकडे का आला आहे, हे पाहतो आणि त्याने मला जर नीट उत्तर दिले नाही, तर मग चांगला पाहून घेतो त्याला," छोटा जॉन म्हणाला.

"जॉन, हा माणूस गुंड आहे, हे तुला सांगण्याची काही जरुरी नाही आणि अशा माणसाशी लढायला मी तुला कधीतरी सांगितले आहे काय? पुन्हा कधी असले बोललास, तर मी तुझे टाळके सडकून काढीन."

या रॉबिनच्या शब्दाने जॉनला राग आला आणि विलस्कार्लेटला शोधायला म्हणून तो तिथून निघून गेला.

थोडा दूर गेल्यावर त्याला झटापटीचा आवाज ऐकू आला, म्हणून तो वेगाने धावत गेला. पाहतो तो विलस्कार्लेट आणि दुसरी दोन माणसे शेरीफच्या सात माणसांशी सामना देत होती. शेरीफ स्वत:ही आपल्या बरोबर बऱ्याच माणसांना घेऊन वेगाने तिथे येत होता.

ते दृश्य पाहून छोटा जॉन तलवार उपसून त्या गर्दीत वेगाने घुसला आणि त्याच्या तडाखेबंद वारापुढे त्याने त्या शिपायांना पळता भुई थोडी केली. एव्हाना चौघा बंडखोरांपैकी एकजण मारला गेला होता, तरी स्कार्लेट आणि त्याचे उरलेले दोन सहकारी त्यांना पुरे पडण्यासारखे होते.

छोटा जॉनने मग मारल्या गेलेल्या बंडखोराचे धनुष्य उचलले आणि त्यावर बाण चढवीत तो म्हणाला, "आता मी प्रत्यक्ष शेरीफलाच टिपतो म्हणजे त्याचे सैनिक पुढे सरकणार नाहीत."

पण ते धनुष्य त्याच्या नेहमीच्या धनुष्याप्रमाणे त्याच्या सरावाचे नव्हते. ते ओढताच त्याचे दोन तुकडे झाले आणि स्कार्लेटच्या मागोमाग जाण्यापूर्वीच त्याला शत्रूच्या शिपायांनी गराडा दिला व त्याला कैद केले.

हे पाहून शेरीफला अत्यानंद झाला. हा शत्रूपक्षाकडील महत्त्वाचा माणूस आपल्याला मिळाला. आता लवकरच त्याचा धनीही हाती येईल अशा कल्पनेने तो जॉनकडे वळून म्हणाला, "थांब, तुला इथल्या उंच झाडावर फाशी देतो."

आपण आता फार वेळपर्यंत जगणार नाही, हे माहिती असूनही जॉन शांतपणे उद्गारला, "ठीक आहे."

मग त्याला पळून जाता येऊ नये, म्हणून त्याला एका झाडाशी घट्ट बांधून ठेवण्यात आले.

इकडे छोटा जॉन निघून गेल्यावर रॉबिन त्या चमत्कारिक दिसणाऱ्या माणसाकडे गेला आणि म्हणाला, ‘‘नमस्ते... तुमच्या धनुष्यावरून पाहता तुम्ही चांगले तिरंदाज दिसता.’’

‘‘मी या जंगलात वाट चुकलोय, मला इकडची काहीच माहिती नाही,’’ तो माणूस म्हणाला.

‘‘ते मला माहिती आहे. तुमची इच्छा असेल, तर मी दाखवीन तुम्हाला मार्ग!’’ रॉबिन म्हणाला. त्यावर तो माणूस बोलला, ‘‘लोक ज्याला रॉबिन हूड म्हणतात, त्याला भेटण्याची मला इच्छा आहे.’’

‘‘मग ठीक! माझ्याबरोबर चला, मी नेईन तुम्हाला त्याच्याकडे; पण तुम्ही त्याच्या शोधात का?’’ रॉबिनने विचारले.

‘‘त्याचे मुंडके कापून शेरीफला द्यायचे आहे.’’

‘‘असे होय? हे काम थोडे कठीण दिसतेय.’’ रॉबिन हसतच म्हणाला, ‘‘पण तुम्हाला जर घाई नसेल तर एक सांगतो. रॉबिन हूडला पकडायचे म्हणून तिरंदाजीत तरबेजपणा हवा. तुम्ही किती तरबेज आहात? त्यासाठी आपण थोडासा खेळ खेळू या. प्रथम तुमचे तिरंदाजीतले कौशल्य अजमावूया आणि नंतर तुम्हाला हव्या असलेल्या बंडखोराच्या शोधाला जाऊ या. तर मग माझ्या मित्रा, या दोनशे फुटांवरच्या लक्ष्याचा तू जर वेध घेतलास, तर तू खरा तिरंदाज! सोड बाण... मीही तुझ्या पाठोपाठ माझा बाण सोडतो.’’ रॉबिन म्हणाला.

त्यावर तो माणूस म्हणाला, ‘‘मला हे अशक्य वाटते आणि शक्य असेल तर तूच मला दाखव ना बाण सोडून!’’

रॉबिनने विशेष नेम न धरता बाण सोडला आणि जवळ जवळ त्या लक्ष्याचा वेध घेतला. मग त्या माणसाने अनेक बाण सोडले; पण ते त्या लक्ष्याच्या जवळपासही पोहोचले नाहीत.

मग रॉबिनने जंगली फुलांची एक माळ केली आणि दूर अंतरावर टांगून ठेवली. नंतर त्या माणसाला त्या माळेमधून बाण सोडण्यास सांगितले. त्या माणसाने नीट नेम धरून बाण सोडला आणि जेमतेम तो त्या माळेमधून गेला.

‘‘छान!’’ रॉबिन म्हणाला, ‘‘पण तुमच्या वेधात तिरंदाजाचे कौशल्य दिसले नाही. त्या माळेच्या मध्यभागी एक लहानसे पान आहे, ते दिसतेय तुम्हाला? पाहा. आता मी माझ्या बाणाने नेमका त्याचा वेध घेतो.’’

‘‘हे अशक्य आहे!’’ तो माणूस ठामपणे म्हणाला.

‘‘बघाच तर!’’ असे म्हणून रॉबिनने पूर्वीपेक्षा काळजीपूर्वक नेम धरून बाण सोडला आणि त्या पानाचे दोन तुकडे झाले.

‘‘विलक्षण!’’ तो माणूस आश्चर्यचकित होऊन म्हणाला, ‘‘या तुझ्या कौशल्याइतकेच तुझे अंत:करणही चांगले असेल,तर त्या सुप्रसिद्ध रॉबिन हूडहूनही तू थोर आहेस! या अजब तिरंदाजीचे मला जन्मभर स्मरण राहील. तुझे नाव काय बरे?’’

‘‘तुम्ही प्रथम तुमचे नाव मला सांगा, नंतर मी माझे नाव सांगेन.’’

‘‘मला सर गाय निसबोर्न म्हणतात. लँकशायरमध्ये माझी मोठी इस्टेट आहे. या चमत्कारिक वेशात मला पाहून तुला आश्चर्य वाटत असेल नाही? रॉबिन हूडला ठार मारण्याची मी प्रतिज्ञा केली आहे व त्यासाठी मी हे वेषांतर केले आहे.’’

त्यावर रॉबिन एकदम म्हणाला, ‘‘नॉटिंगहॅमशायरमध्ये माझी देखील मोठी इस्टेट आहे. मी कोणालाच भीत नाही. तुम्ही ज्याच्या शोधात आहात, तोच मी. माझेच नाव रॉबिन हूड!’’

‘‘काय? तूच रॉबिन हूड? मग तुझे मरण ओढवले, असेच समज. तुझे शिर कापून नेण्याची मी प्रतिज्ञा केली आहे. आता तुझी सुटका नाही. मी शिंग फुंकताच माझ्या सहकाऱ्यांना तुझ्या मृत्यूची बातमी कळेल!’’

तेवढ्यात रॉबिनही म्हणाला, ‘‘सर गायसाहेब, माझे शब्द नीट ऐका. तुम्ही मला मारण्याची प्रतिज्ञा केली आहे; पण मीही तुम्हाला जिवंत सोडणार नाही. चला, होऊद्यात दोन हात!’’

मग त्या दोघांचे घनघोर द्वंद्व झाले. त्यात आपला जीव बचावण्यासाठी रॉबिन हूडला आपले सर्व कौशल्य पणास लावावे लागले; पण शेवटी त्याने आपली तलवार सर गायच्या छातीत आरपार खुपसली आणि त्यासरशी सर गाय धाडदिशी मरून पडला.

रॉबिन दोन क्षण स्तब्ध होता. नंतर अचानक सर गायने शिंग फुंकण्याविषयी म्हटलेले शब्द त्याला आठवले व त्याने विचार केला, आसपास त्यांचे कोण मित्र आहेत, हे पाहिलेच पाहिजे. नंतर त्याने, सर गायने घातलेला तो चमत्कारिक वेश स्वतःच्या अंगावर चढवला आणि मोठ्याने तुतारी फुंकली. शेरीफ त्या ठिकाणापासून जवळच वाट पाहत होता व त्याने छोटा जॉनला झाडाला बांधून ठेवले होते. तुतारीचा आवाज कानी पडताच शेरीफ आनंदला... म्हणाला, "ही सर गायची तुतारी. रॉबिनला ठार मारले असणार त्याने." मग जवळच्याच आपल्या माणसाला त्याने गायच्या तुतारीला आपल्या तुतारीने उत्तर देण्यास सांगितले.

उत्तरादाखल तुतारीचा आवाज येताच घोड्याची कवटी तोंडावर ओढून घेतलेला माणूस त्यांच्याकडे आला. त्याने छोट्या जॉनला बांधून ठेवलेले पाहिले आणि काय करायचे, हे मनात ठरवून टाकले.

''सर गाय, तुम्ही त्या दुष्टाला ठार मारलेत ना?'' शेरीफने आनंदून विचारले.

''होय तर. मी त्याला ठार मारले! नाही तर मीच मेलो असतो,'' रॉबिन हूड त्या सरदारासारखा आवाज काढीत म्हणाला; पण छोट्या जॉनने आपल्या धन्याला ओळखले आणि त्याचे हृदय आनंदाने उचंबळून आले.

''तुम्ही माझ्याकडे काहीही मागा. देता येण्यासारखे असेल, तर मी ते ताबडतोब तुम्हाला देईन,'' शेरीफ खूश होऊन म्हणाला.

''मी रॉबिनला ठार मारले आहे. आता त्याच्यामागे या माणसालाही मला ठार मारू दे,'' सर गायचे सोंग आणलेला रॉबिन म्हणाला.

''तुम्ही स्वत:साठी काहीच मागितले नाही; पण हरकत नाही. तुमची इच्छा पुरी करून घ्या,'' शेरीफ उद्गारला.

त्याबरोबर रॉबिन त्वरेने पुढे झाला आणि त्याने छोट्या जॉनचे बंध तोडून टाकले. सर गायचे काढून घेतलेले धनुष्य-बाण त्याने जॉनच्या हातात कोंबले आणि आपल्या सहकाऱ्यांना हाक देण्यासाठी मोठ्याने तुतारी फुंकली.

एव्हाना विलस्कार्लेटने टोळीतले बहुतेक बंडखोर जमा केले होते. तुतारीचा आवाज ऐकताच तो त्यांच्यासहित तिथे धावत आला. ते पाहून शेरीफने घोड्यावर उडी घेतली आणि त्याला पिटाळले. त्याच्या शिपायांनीही त्याचेच अनुकरण केले आणि जितक्या वेगाने घोडी दामटता येतील तितक्या वेगाने दामटली.

नंतर ते सर्व बंडखोर आनंदाने जंगलात परतले आणि त्यांनी छोट्या जॉनच्या सुटकेप्रीत्यर्थ मोठी मेजवानी साजरी केली.

रॉबिन हूड आणि
ॲलन-ॲडल

एके दिवशी रॉबिन हूड जंगलातल्या एका वृक्षाखाली उभा असता, त्याला एक तरुण जवळून जात असलेला दिसला. त्या तरुणाच्या अंगावर किरमिजी रंगाचे किमती कपडे होते. कमरेला तलवार लटकत होती आणि डोक्यावर डौलदार टोपी ठेवली होती. एकंदरीत त्याच्या हालचालीवरून तो सहज, आनंदाने गुणगुणत फिरत असावा, असे दिसत होते.

दुसऱ्या दिवशी तोच तरुण रॉबिन हूड व त्याच्या सहकाऱ्यांना पुन्हा दिसला; पण आज त्याच्यात फार बदल झालेला दिसत होता. आज त्याच्या अंगावर किरमिजी रंगाचा झगा नव्हता, टोपीतले पीस गळून पडले होते. तलवार कशीतरी लोंबत होती आणि चेहरा दुःखी दिसत होता. आज तो गाणे गुणगुणण्याऐवजी पावलोपावली निःश्वास सोडीत होता.

तो तरुण संकटात होता, हे उघड दिसत होते. त्यामुळे रॉबिन आपल्या सहकाऱ्याला म्हणाला, ''त्याच्याजवळ जाऊन त्याची विचारपूस कर व त्याला इकडे घेऊन ये.''

मग छोटा जॉन आणि मच त्या तरुणाजवळ गेले. परंतु तेवढ्यात त्याने या दोघांना पाहताच आपले धनुष्य सरसावले.

''दूर उभे रहा, माझ्याशी तुमचे काय काम आहे?'' तो तरुण दरडावून म्हणाला.

''आमचे धनी रॉबिन हूड पलीकडच्या वृक्षाखाली तुमची वाट पाहत आहेत,'' छोटा जॉन उत्तरला.

‘‘ठीक आहे. चला, मी त्याला भेटेन,’’ तो तरुण म्हणाला व तिघेही रॉबिन उभा होता त्या ठिकाणी आले. त्याला पाहून रॉबिन म्हणाला, ‘‘तरुण माणसा, काल तू आनंदात दिसत होतास; पण आज तू दु:खी दिसतोस. या तुझ्या दु:खाचे कारण काय?’’

‘‘मी ते तुम्हाला का सांगावे?’’ तरुणाने विचारले.

रॉबिन म्हणाला, ‘‘कदाचित माझी तुला काही मदत होईल.’’

‘‘अरे,असे झाले असते तर...’’ तरुण दु:खाने म्हणाला, ‘‘पण जाऊ दे. काय करणार? काल माझे एका मुलीशी लग्न व्हायचे होते; पण तिला बळजबरीने पळवून नेण्यात आले आहे. माझ्यापेक्षा एका श्रीमंत माणसाशी तिचे लग्न लावून द्यायचे ठरले आहे. आज तिचे लग्न एव्हाना उरकरण्यातदेखील येईल.’’ एवढे म्हणून त्याने एक नि:श्वास टाकला आणि आवेगाने तलवारीची मूठ आवळली.

‘‘तुझे नाव काय?’’ रॉबिनने विचारले.

‘‘ॲलन-ॲडल...’’

‘‘ते लग्न कुठे होणार आहे?’’

‘‘इथून पाच मैलांच्या अंतरावर ते ठिकाण आहे,’’ ॲलनने त्याला ते छोटे चर्च कुठे आहे ते सांगितले.

‘‘ठीक आहे; याचा बंदोबस्त करता येईल का, ते आम्ही पाहतो. तुम्ही इथेच थांबा.’’

यावर किंचित आनंदी होऊन तो तरुण म्हणाला, ‘‘जर तुम्ही माझी प्रेयसी मला मिळवून दिलीत तर मी माझे उरलेले सारे आयुष्य तुमच्या सेवेत घालवीन.’’

मग रॉबिनने छोट्या जॉनला टोळीतल्या सर्वांना जमा करण्यास सांगितले आणि तुतारीचा आवाज ऐकू येईपर्यंत चर्चजवळ दबा धरून बसण्यास सांगितले. रॉबिनने सारंगीवाल्याचा वेष घेतला आणि तो त्वरेने चर्चमध्ये गेला.

तिथे लग्न लावणारा एक बिशप आणि त्याचा सहकारी दोघेच होते. रॉबिन आत जाताच बिशपने त्याला विचारले, ‘‘तू कोण आहेस? इथे तुझे काय काम आहे?’’

"मी एक उत्तम सारंगीवाला आहे," रॉबिन म्हणाला.

"ये. तुझे स्वागत असो. सर्व वाद्यांत मला सारंगी फार आवडते." बिशप म्हणाला आणि त्याने रॉबिनला तिथे बसवून ठेवले.

थोड्याच वेळात एक दुबळा म्हातारा सरदार तिथे आला. त्याच्या मागोमाग एक अतिशय सुंदर तरुणी, तिचे वडील आणि आणखी काही माणसे तिथे आली. त्या मुलीचा चेहरा दुःखी होता आणि डोळे अश्रूंनी डबडबले होते.

प्रत्यक्ष विवाहविधीला सुरुवात होणार तोच तो सारंगीवाला ओरडून म्हणाला, "थांबा... हा जोडा अयोग्य आहे. या बाबतीत सक्ती होता कामा नये. ही मुलगी आपल्या पतीची स्वतःच निवड करील."

एवढे बोलून त्याने आपली प्रसिद्ध तुतारी फुंकली. त्याबरोबर चोवीस तिरंदाज आपल्या लपलेल्या जागेतून चर्चमध्ये घुसले. त्यांच्याबरोबर ॲलन-ॲडल हाही होता. छोटा जॉन सर्वात पुढे होता, तेवढ्यात रॉबिन गरजला, ''आता सांग, ॲलन. हीच तुझी छोकरी का? तसे असेल आणि तिची इच्छा असेल, तर तुझे लग्न तिच्याशी लावण्यात येईल.''

हा सर्व प्रकार पाहून तो म्हातारा सरदार आणि त्या मुलीचा बाप दोघे विलक्षण संतापले आणि इथे काहीतरी भानगड आहे, असे समजून बिशप आपले कपडे काढू लागला.

मग रॉबिनने त्या तरुणीचे या वृद्ध सरदाराशी सक्तीने लग्न लावण्यात येत आहे आणि तिचे मन मात्र ॲलनवर जडले आहे, हे सर्वांना स्पष्ट केले. बिशपने वधूकडे वळून व तिला या सर्व गोष्टी पुन्हा विचारून त्याची सत्यता पटवून घेतली. ही गोष्ट सत्य आहे आणि तिचे आपल्या प्रियकरावर खरेखुरे प्रेम आहे, हे कळताच त्याने त्यांच्या विवाहविधीला तेव्हाच संमती दिली व विचारले, ''या मुलीचे कन्यादान कोण करणार?''

रॉबिन एकदम पुढे होऊन म्हणाला, ''मी. मी करतो आणि सांगतो जो कोणी ॲलनपासून हिला दूर नेण्याचा प्रयत्न करील, त्याला हे प्रकरण फार महागात पडेल!''

याप्रमाणे लग्नसमारंभ आनंदाने पार पडल्यानंतर रॉबिन, त्याचे सवंगडी व ते आनंदी वधू-वर हे सर्व जंगलाकडे परतले.

यानंतर काही काळ गेला. या काळात नॉटिंगहॅमच्या शेरीफने जरी काही हालचाल केली नाही, तरी तो रॉबिन हूडला विसरला नव्हता.

मग एकदा त्याने बंडखोरांपैकी काही प्रमुख लोक आपल्या हाती येतील असा एक डाव रचला. त्याला माहीत होते, की रॉबिन हूड आणि त्याचे सवंगडी धनुर्विद्येचे फार शौकीन आहेत आणि धनुर्विद्येची जिथे कुठे शर्यत असेल तिथे ते हजर होतात; म्हणून त्याने नॉटिंगहॅम आणि यॉर्कशायर या दोन नगरांमध्ये धनुर्विद्येची चढाओढ लावली. बक्षीस म्हणून सोन्याचा मुलामा दिलेला चांदीचा बाण ठेवण्यात आला. रॉबिन हूड आणि त्याचे सवंगडी नक्कीच भाग घेतील आणि ते सहज पकडले जातील असा त्याचा अंदाज

होता; पण रॉबिन हूड हा शेरीफपेक्षाही हुशार होता. त्याने शेरीफच्या डोळ्यांत पुरती धूळ टाकून त्याला चकवायचे ठरवले व तो त्या तयारीला लागला.

प्रथम त्याने आपले सहा उत्तम धनुर्धर निवडले व प्रत्येकाने निराळा वेश करायचा आणि एकमेकांशी काहीही संबंध ठेवायचा नाही, असे त्यांना सांगितले. बाकीच्या माणसांनी अशा ठिकाणी रहायचे, की काही दगा आहे याची कल्पना येताच एका इशाऱ्यासरशी त्यांना एकत्र येता येईल. त्यांनी आपले धनुष्य-बाण अगदी जय्यत ठेवायचे आणि कोणत्याही क्षणी लढाईत उडी ठोकायला सिद्ध रहायचे, असे त्यांना सांगण्यात आले.

बार्नस्डेल या जंगलाच्या जवळचे एक विस्तीर्ण मैदान तिरंदाजीच्या चढाओढीसाठी निवडण्यात आले. तिरंदाजांना वर्तुळाकार उभे करून येणार होते आणि बाण मारण्याचे लक्ष्य मधोमध ठेवले जाणार होते. बाजूला एक उंच मंच तयार करण्यात आला होता. त्यावर बसून शेरीफ तिरंदाजीची परीक्षा करणार होता आणि बक्षिसे वाटणार होता.

स्पर्धास्थानी काही दंगल होऊ नये म्हणून कडेकोट बंदोबस्त होता. शेरीफच्या तैनातीला सशस्त्र शिपायांची एक तुकडी होती. शिवाय, गावातल्या लोकांना स्वयंसेवक म्हणून दाखल करून घेतले होते, ते निराळेच! काही दंगल झालीच, तर सर्वांनी एकत्र यायचे व दंगलखोरांना पकडून न्यायासनासमोर खेचण्याचीही सिद्धता होती. लोकांच्या समुदायामध्येदेखील साध्या वेषातील शिपाई बसवून ठेवण्यात आले होते. शेरीफला सारखी आशा वाटत होती, की रॉबिन हूड इथे आलाच तर आता त्याला नक्की पकडता येईल आणि आतापर्यंत आपल्याला जो सूड उगवता आला नाही तो उगवता येईल.

शेवटी खेळाला सुरुवात झाली. नॉटिंगहॅमच्या तीन माणसांनी प्रथम तिरंदाजी केली. त्यांचे बाण लक्ष्याला लागले, पण मध्यभागाला कोणाचाच बाण लागला नाही. नंतर दुसऱ्या तीन माणसांनी बाण मारण्यात तितकेच यश मिळवले. मग विलस्कार्लेटने सहज म्हणून नेमका मध्यभागाला बाण मारला.

त्याबरोबर लोकांनी ओरडून त्याचे अभिनंदन केले. नंतर तो बाण काढून टाकण्यात आला. आता छोटा जॉन पुढे आला. विलस्कार्लेटने बाण मारून जी खाच निर्माण केली होती - बरोबर त्याच ठिकाणी त्यानेही बाण मारला.

पुन्हा लोकांनी जल्लोष केला. जॉनचा बाण काढून टाकण्यात येत होता, तोच रॉबिन हूड पुढे सरसावला आणि त्याने जॉनच्या बाणाचे एका क्षणात तुकडे केले आणि स्वत:चा बाण नेमका त्याच ठिकाणी नेऊन रूतवला. रॉबिनचा पराक्रम पाहून लोकांनी टाळ्यांचा कडकडाट केला. रॉबिनच्या जयजयकाराने आकाश दुमदुमले. नॉटिंगहॅमच्या लोकांनी सर्वांत मोठ्याने जयजयकार केला.

यानंतर यॉर्कशायरमधले तीन तिरंदाज पुढे सरसावले. त्यांनी सावकाश - शांतपणे नेम धरून, पण बरोबर लक्ष्यवेध केला. आता यॉर्कशायरमधील लोकांना अतिशय आनंद झाला. त्यांनी त्यांच्या तिरंदाजांचा मोठ्याने जयजयकार केला.

शेरीफ तीक्ष्ण नजरेने हे सर्व पाहत होता; पण त्याची नजर आता पूर्वीसारखी राहिली नव्हती. तिरंदाजांमध्ये आपला शत्रू आहे किंवा नाही हे त्याला तीन-चारशे फुटांवरून ओळखता येत नव्हते.

नंतर मच, रेनॉल्ड वगैरेंनी तिरंदाजी केली आणि अगदी सहज लक्ष्यवेध केला.

आता मध्यावर बरोबर बाण मारण्यातले नवल नाहीसे झाले होते. सर्वचजण बरोबर बाण मारीत होते. त्यामुळे स्पर्धेसाठी आता वेगळीच योजना आखण्यात आली. सहजासहजी बाण मारता येणार नाही, अशा प्रकारे काही झाडांच्या डहाळ्या जमिनीवर खोचून ठेवण्यात आल्या होत्या व नॉटिंगहॅमच्या लोकांनी रॉबिन हूड आणि त्याचे सहा सोबती यांची निवड केली; तर यॉर्कशायरच्या लोकांनी आपल्या बाजूने सात जणांची निवड केली. या दोन्ही बाजूंच्या खेळाडूंनी नुकत्याच झालेल्या स्पर्धेत चांगले भरघोस यश मिळवले होते.

यॉर्कशायरचे खेळाडू प्रथम रिंगणात आले. त्यांच्यातल्या पहिल्या तिरंदाजाने एक डहाळी बरोबर उडवली. दुसऱ्याचा बाण डहाळीला मात्र ओझरता लागला. बाकीच्यांचे बाण नुसतेच सणाणत गेले, डहाळीला मात्र मुळीच लागले नाहीत.

मग विलस्कार्लेट आपले धनुष्य घेऊन पुढे सरसावला आणि त्याने अगदी सहज एक बाण फेकला. त्याबरोबर एका डहाळीचे तुकडे तुकडे झाले. ते दृश्य पाहून नॉटिंगहॅमचे लोक ओरडले.

"नॉटिंगहॅमचा जयजयकार असो!" आनंदाच्या भरात त्यांनी आपल्या टोप्या हवेत उडवल्या. त्या परत मिळतील किंवा नाही याची त्यांना पर्वा वाटली नाही.

आता नवीन डहाळ्या ठेवण्यात आल्या आणि रॉबिन हूडच्या प्रत्येक सोबत्याने एक एक डहाळी सहज उडवली. शेवटी रॉबिन हूडची पाळी आली. त्याने तीन बाण इतक्या वेगाने फेकले, की ते डहाळ्यांना लागले होते म्हणूनच त्यावर विश्वास ठेवायचा; नाहीतर कोणाला हे खरेही वाटले नसते.

आता स्पर्धा पूर्ण झाली. नॉटिंगहॅमच्या तिरंदाजांनी स्पर्धा जिंकली असल्याचे शेरीफने जाहीर केले; पण बक्षीस फक्त एकालाच देण्यात आले. रॉबिन हूडला आणि यॉर्कशायरच्या पहिल्या तिरंदाजाला .... ज्याने डहाळी उडवली होती त्याला.

नंतर आणखीही अनेक प्रकारच्या कठीण परीक्षा घेण्यात आल्या. त्या सर्वांमध्ये रॉबिन हूड विजयी ठरला. अर्थात यॉर्कशायरचा तिरंदाजही काही कमी प्रतीचा नव्हता.

नॉटिंगहॅमच्या लोकांच्या टाळ्यांच्या कडकडाटात रॉबिन हूडला बक्षीस घेण्यासाठी शेरीफकडे नेण्यात आले. शेरीफजवळ येताना त्याने मान खाली घातली होती. प्रसिद्ध बंडखोर तो हाच हे शेरीफने ओळखू नये म्हणून त्याने ही काळजी घेतली होती.

शेरीफच्या नजरेस नजर मिळवून रॉबिन हसत म्हणाला.

"तुमच्या या आज दिलेल्या पारितोषिकाचे मोल मी शब्दांत व्यक्त करू शकत नाही. आता मी माझ्या वनश्रीने नटलेल्या घरी परत जातो आणि नॉटिंगहॅमचा एक सर्वोत्तम धनुर्धर म्हणून तुम्ही दिलेल्या पारितोषिकाबद्दल तुमचे आभार मानतो. नमस्ते," असे म्हणून रॉबिन वळणार तेवढ्यात शेरीफ मोठ्याने ओरडला, "थांब! चाललास कुठे? शिपाई हो, हा पाहा रॉबिन हूड! पकडा याला."

"हे, चांगले नाही," रॉबिन हूड ओरडला, "हा खेळ जे कोणी येतील त्या सर्वांसाठी खुला होता."

"पण तुझ्यासाठी नाही; पकडा त्याला," शेरीफ.

"पुढे पाऊल टाकणाऱ्याने प्रथम देवाची प्रार्थना करावी," रॉबिन हूड गरजला. तत्क्षणी त्याने तुतारी फुंकली व तो छोटा जॉन, विलस्कार्लेट यांच्यासह आपल्या सहकाऱ्यांत जाऊन मिसळला.

आता शेरीफ आपल्या माणसांना आज्ञा करताना घाबरला. आज नॉटिंगहॅमची माणसे विजेती होती. त्यांनी रॉबिन हूड व त्यांच्या सहकाऱ्यांचा मन:पूर्वक जयजयकार केला आणि खाजगी पोषाखात असलेल्या शेरीफच्या लोकांना थोपवले. सर्वांनी बंडखोरांना जाण्यासाठी मार्ग खुला करून दिला. सर्वांत शेवटी रॉबिन हूड गेला; तरी पण शेरीफला राहवले नाही. त्याने रॉबिन हूडसह सर्व बंडखोरांना पकडण्यासाठी पुन्हा आपल्या माणसांना हुकूम सोडले. मग लोकांच्या गर्दीतून वाट काढत शेरीफचे शिपाई बंडखोरांचा पाठलाग करू लागले; पण रॉबिन हूडने त्यांना व्यवस्थित थोपवून धरले होते. थोड्या थोड्या वेळाने ते बाणांचा वर्षाव करीत. त्यामुळे पाठलाग करणाऱ्या शिपायांना काही वेळ माघार घ्यावी लागे आणि त्यांच्यामध्ये गोंधळ निर्माण होई. शिपाईदेखील बाण फेकीत; पण त्यांना रॉबिन हूड व त्याचे सहकारी हातोहात चकवीत.

चार-पाच वेळा असे झाल्यावर जखमी झालेला छोटा जॉन एकाएकी म्हणाला, "मित्रा, माझी वेळ भरली. मला जबर जखम झाली आहे. मी यापुढे येऊ शकत नाही."

"काय?" आश्चर्यचकित होऊन रॉबिन हूड म्हणाला.

"होय. मी सांगतो ते खरे आहे. माझ्या गुडघ्याला जखम झाली आहे आणि त्यातून फार रक्त गेले आहे. मला यापुढे चालता येणार नाही," असे म्हणून तो जमिनीवर पडला.

"नाही. नाही. असे होणार नाही," त्याला उभा करीत रॉबिन म्हणाला. माझ्यावर भार टाक. घाबरू नकोस. मी दमलो नाही. मी तुला उचलून नेईन. मला तुझी जखम बांधू दे."

"नाही. त्याचा काही उपयोग नाही, रॉबिन," छोटा जॉन म्हणाला. त्याचा आवाज आता अगदी पडला होता. "मी यापुढे चालू शकत नाही. उशीर झाला तर तुझ्यावर आणि आपल्या मित्रांवर काय परिणाम होईल, ते तुला माहीत आहे. तू जा. मला इथेच सोड."

"छे! कधीच नाही," रॉबिन हूड म्हणाला.

"तुला पुष्कळ जिवांचा विचार करावयाचा आहे. मला तू सोडून जा; पण तू जर माझा खरा मित्र असशील, खरा भाऊ असशील किंवा खरा धनी असशील तर माझी तुला एक विनंती आहे. त्या शेरीफच्या कुत्र्यांच्या हाती मला जिवंत देऊ नकोस. तुझी तलवार काढून माझा शेवट कर. त्याबद्दल मी तुला धन्यवादच देईन. रॉबिन, माझ्यावर जर तुझे खरे प्रेम असेल तर एवढे करच!"

"ते माझ्या हातून होणार नाही," रॉबिनच्या डोळ्यांतून अश्रू ओघळत होते. "इंग्लंडमधले सगळे सोने जरी कोणी माझ्या पायाशी ठेवले तरीदेखील मी असले काम करणार नाही. माझ्या शरीरात रक्ताचा शेवटचा थेंब असेपर्यंत मी लढत राहीन. मी मरेन तर तुझ्या बाजूला. आजवर जसे आपण एकत्र जगलो, तसे एकत्रच मरू."

"आम्ही सर्व याच्यासोबत लढू किंवा मरू," विलस्कार्लेट ओरडला. "छोट्या जॉनला मरणांतिक जखम झाली आहे. याला अशा परिस्थितीत सोडून जाणारा तुमच्यात कोणी आहे?" त्याने आपल्या इतर सहकाऱ्यांना विचारले.

"नाही. नाही. आम्ही त्याच्याभोवती कडे करू आणि लढत लढत मरू," सर्वजण ओरडले.

"तुम्ही कोणी मरण्याची गरज नाही आणि छोटा जॉन पण मरत नाही," मच एकदम म्हणाला, "त्याच्या पायाला जखम झाली आहे आणि रक्त फार गेले आहे. त्यामुळे त्याला भोवळ येत आहे; पण मी त्याला पाठीवर घेऊन चालतो."

"मग मीच त्याला घेणार," विलस्कार्लेट म्हणाला. "उठ. मित्रा, आम्ही तुला एकट्याला सोडून कधीच जाणार नाही."

छोट्या जॉनने थोडा विरोध केला; पण मचने त्याला खांद्यावर घेतले आणि त्यांनी वेगाने पळायला सुरुवात केली.

या विलंबामुळे शत्रू पाठीवर आला. पाठलाग जोराचा होऊ लागला. रॉबिनने सांगितल्यामुळे बाणांचा उपयोग फक्त जरुरीपुरताच केला जाई. अजून बरेच अंतर काटायचे होते आणि भात्यात बाण थोडेच शिल्लक उरले होते.

जेव्हा अतिशय जरुरी पडे, तेव्हा मच छोट्या जॉनला थोडावेळ खाली ठेवी आणि तीरांचा मारा करी. मग पुन्हा त्याला उचलून चालू लागे. कधीमधी दुसरे कोणी छोट्या जॉनला उचलून घेई आणि मचला विश्रांती मिळे. अशा रीतीने त्यांचा प्रवास चालला होता. एव्हाना मोठा रस्ता संपला आणि समोर एक किल्ला दिसायला लागला. त्याच्या सभोवताली खंदक होता.

"हा! कोणाचा किल्ला असेल हा?"

"मला माहीत आहे," रेनॉल्ड ग्रीनलीफ म्हणाला. "सर रिचर्ड लीच्या मुलाचा हा किल्ला आहे. ली आपल्या मुलासहित सध्या इथे आहे, असे मी ऐकले आहे."

"सर रिचर्ड ली! परमेश्वराचा जयजयकार असो!" रॉबिन उद्गारला. विलस्कार्लेट, त्वरा कर आणि किल्लेदाराला वर्दी दे. म्हणावे, रॉबिन हूड आणि त्याचे सोबती संकटात आहेत. जा, सर रिचर्ड ली यांना ताबडतोब कळव, की छोटा जॉन भयंकर जखमी झालेला आहे आणि त्याला मदतीची अतिशय जरूरआहे. सरदारसाहेब आपल्याला नक्कीच विसरणार नाहीत! सर रिचर्ड हा विसरणारा माणूस नाही."

"कधीच विसरणार नाही," विल म्हणाला आणि एखाद्या हरणाप्रमाणे पळाला.

मग रॉबिनने आपली माणसे एकत्रित केली आणि तो किल्ल्याच्या रोखाने निघाला. पण त्याने असा मार्ग धरला, की सर रिचर्डने जर मदतीला नकार दिला, तर मार्ग बदलता यावा आणि रस्ताही जंगलाचा असावा. पण तेवढ्यात किल्ल्याच्या तटावर पांढरी पताका दिसली. नंतर एक घोडेस्वार वेगाने किल्ल्याच्या दरवाज्यातून निघाला त्याच्या मागे विल चालत होता.

थोड्याच वेळात घोडेस्वार रॉबिन हूडजवळ आला आणि त्याने घोड्यावरून उडी टाकली. त्याने प्रेमाने रॉबिन हूडशी हस्तांदोलन केले. तो एक उंच सरदारासारखा माणूस होता. त्याने त्या रंगेल तरुणांकडे अभिमानाने पाहिले. अशा शूर तरुणांचा नेता होण्यासाठी त्याने वाटेल ते केले असते.

तो म्हणाला, "मी रिचर्ड लीचा पुत्र आहे आणि मी तुमचे या घरात स्वागत करतो."

"तुमचा आणि तुमच्या वडिलांचा मी अतिशय आभारी आहे," रॉबिन हूड म्हणाला, "माझा कुठलाच मित्र प्रसंगाला असा उभा राहिला नव्हता. माझ्या माणसांना किल्ल्यात जाऊ द्या. झाडीमधून शेरीफच्या माणसांची डोकी मला आता दिसताहेत. त्यामुळे आणखी उगाच रक्तपात होईल."

मग ते त्वरेने किल्ल्याकडे गेले. रॉबिन हूडने छोटा जॉनकडे जाऊन त्याची तब्येत पाहिली.

किल्ल्याकडे जाताना रॉबिन हूडने छोटा जॉनला विचारले, "कसे काय? आता बरे वाटतेय ना?"

"आता मला बरे वाटतेय. लवकरच मी बरा होईन," तापाने फणफणलेला त्याचा हात त्यानं दाबला. अशक्तपणाने त्याची जवळ जवळ शुद्ध हरपली होती. तो फिकटपणाने हसला.

लवकरच ते सर्व किल्ल्यात पोहोचले. रॉबिन हूड आणि त्याचे सोबती आता सुरक्षित होते. थोड्याच वेळात शेरीफही तिथे येऊन धडकला. सर रिचर्ड तटावर येऊन उभे राहिले. शेरीफ म्हणाला, "बंडखोरांना आश्रय देऊन तू राजद्रोह करीत आहेस, कायद्याच्या विरुद्ध वागत आहेस, हे तुला माहीत आहे का?"

“हा किल्ला आणि ही भूमी माझी आहे हे मला माहीत आहे,” सर रिचर्ड म्हणाले, “... आणि मी राजद्रोही नाही, राजाने किंवा राजाच्या अधिकाऱ्यांनी दिलेली आज्ञा मी मानीन. तुझी आज्ञा मात्र मी कधीच मानीत नाही. राजाकडे जाऊन प्रथम या बाबतीतले मत घे आणि मी तुला इशारा देतो, तू इथून ताबडतोब गेला नाहीस, तर आमच्या तलवारीचे पाणी तुला दाखवावे लागेल. मला अधिक काही सांगावयाचे नाही.” असे म्हणून सर रिचर्ड तिथून निघून गेले.

शेरीफला आपली ताकद माहीत होती. तो थकून, निराश होऊन आपल्या माणसांना घेऊन तिथून निघून गेला.

“रॉबिन हूड, तुझे स्वागत असो,” शेरीफ जाताच सर रिचर्ड म्हणाले. “तुझ्या स्वतःच्या घराप्रमाणेच तुझे इथे स्वागत आहे. तुझा दयाळूपणा मला माहीत आहे. तुझ्या सर्व पराक्रमांचे मी कौतुक करतो. रॉबिन, मी तुझे मनापासून स्वागत करतो.”

रॉबिननेही त्यांचे मनःपूर्वक आभार मानले. शेरीफ आणि त्याची माणसे खरोखरच निघून गेल्याचे पाहून, बंडखोरांनी शांतपणे फराळ केला आणि मग विश्रांती घेऊन तिथून कूच केले; पण छोटा जॉन बरा होइपर्यंत रॉबिन आणि स्कार्लेट तिथेच राहिले. नंतर एकमेकांचे शुभ चिंतन करून रॉबिन तिथून निघाला आणि शेरवुडच्या जंगलात आपल्या साथीदारांना जाऊन मिळाला.

सर रिचर्डला अटक

सर रिचर्डने केलेला उपदेश शेरीफने ऐकला आणि राजाला भेटण्यासाठी तो लंडनला गेला. बंडखोरांना आश्रय दिला म्हणून सर रिचर्डला राजा शिक्षा करील, अशी त्याची अपेक्षा होती.

''महाराज, तुमच्या विरुद्ध असणाऱ्या माणसांना आश्रय देईन, अशी त्याची प्रतिज्ञा आहे,'' तो राजाला म्हणाला. ''तो आपल्या प्रदेशाचा स्वामी आहे आणि तो तुमची किंमत शून्य समजतो.''

''त्याला लवकरच समजेल!'' राजा रागाने म्हणाला, ''आपण या पंधरवड्यात नॉटिंगहॅमला जाऊ. तुला हवी तितकी माणसे, हवे तितके उत्तम धनुर्धर तुझ्याबरोबर घे आणि रॉबिन हूडसह सर्वांना कैद करून आण. तुला विजय मिळताक्षणीच आम्हाला कळव. मग पुढे काय करायचे ते ठरवू.''

इतके अधिकार दिल्याबद्दल शेरीफने राजाचे आभार मानले आणि त्याच्या आज्ञा पूर्णपणे पालन करण्याचे अभिवचन दिले. नंतर चांगले सैनिक गोळा करून त्याने पुन्हा एकदा सर रिचर्डच्या किल्ल्याकडे कूच केले. तिथे आल्यावर त्याला कळले, की रॉबिन हूड व त्याचे सोबती केव्हाच किल्ला सोडून गेले आहेत.

जंगलात जाऊन रॉबिन हूडचा पाठलाग करणे शेरीफला काही आवडण्यासारखे नव्हते; म्हणून सर रिचर्डला कैद करण्याचा त्याने विचार केला.

किल्ला फार मजबूत होता. त्यावर हल्ला करणे अशक्य होते; म्हणून सर रिचर्डची वाट पाहण्याचे त्याने ठरवले.

त्याला फार वेळ वाट पहावी लागली नाही. सर रिचर्ड, आपला मुलगा आणि काही शिपाई घेऊन बाहेर पडले. त्यांना ताबडतोब वेढा घालण्यात आला. त्याबरोबर रिचर्डसकट सर्वांनी शस्त्रे उपसून लढाईला सुरुवात केली. सर्वजण मोठ्या शौर्याने लढले; पण शेवटी त्या सर्वांना कैद करण्यात येऊन नॉटिंगहॅमला नेण्यात आले. तेवढ्यात सर रिचर्डच्या माणसांपैकी एक जण निसटला आणि त्याने किल्ल्यावर जाऊन रिचर्डच्या बायकोला वर्दी दिली. बातमी ऐकून तिला खेद झाला आणि आपल्या पतीला कसे साहाय्य करावे, कसे सोडवावे, हे तिला काही समजेना. शेवटी तिला रॉबिन हूडची आठवण झाली आणि दोन विश्वासाची माणसे घेऊन ती त्याच्या शोधात निघाली.

छोटा जॉन आजारी असताना त्याची सेवा करणाऱ्या नोकराच्या मुलीला छोटा जॉनने आपल्या एका सोबत्याबरोबर काही बक्षीस पाठवले होते. कर्म-धर्मसंयोगाने याच वेळी तो माणूस त्यांना भेटला आणि त्याने रिचर्डच्या पत्नीला रॉबिन हूडकडे जाण्याचा रस्ता सांगितला. थोड्याच वेळात भरधाव घोडे सोडून ते सर्व रॉबिनकडे आले. सुदैवाने रॉबिन हूडची ताबडतोब गाठ पडली. त्याला पाहून रिचर्डची बायको म्हणाली, ''परमेश्वर तुझे आणि तुझ्या सोबत्यांचे रक्षण करो.''

तिच्याकडे आश्चर्याने पाहात रॉबिन हूड म्हणाला, ''तुम्ही अशा एकदम कशा आलास आणि तुमचा चेहरा असा का? डोळे ओले का? तुमच्यावर काही संकट आले काय? सर रिचर्ड कुठे आहेत? हा काय प्रकार आहे?''

तेव्हा रिचर्डची बायको रडत रडत म्हणाली, ''काय सांगू? माझे पती सर रिचर्ड आणि माझा मुलगा यांना कैद करून नॉटिंगहॅमला नेण्यात आले आहे आणि हे केवळ तुझ्या प्रेमामुळे घडले आहे.''

''असं? केव्हा घडले? कोणी केले?'' रॉबिन हूडने विचारले.

''तुझा पाठलाग करणाऱ्या त्याच शेरीफने त्यांना पकडले,'' ती म्हणाली. ''अरे रॉबिन, काय वाटेल ते कर, पण त्या निर्दय माणसाकडून माझ्या नवऱ्याचा आणि मुलाचा वध होऊ देऊ नकोस. अजून ते फार दूर गेलेले

नाहीत. त्यांना पकडल्याचे कळताच मी इथे धावत आले.'' त्यावर रॉबिन म्हणाला, ''घाबरू नका बाई, मी तुमच्या पतीला अगदी सुखरूप परत आणीन. ते सरदार असल्यामुळे खटला झाल्याशिवाय शेरीफ त्यांचे प्राण घेऊ शकणार नाही. म्हणून तुम्ही तुमचे अश्रू पुसा. मी त्यांचा पाठलाग करतो आणि सर रिचर्डना तुमच्या स्वाधीन करतो.''

''लवकर जा बाबा, जा, धाव,'' रिचर्डची बायको पुन्हा पुन्हा रडत म्हणाली, ''तुझ्या इच्छेप्रमाणे तुला यश मिळो.''

''आपण अशी आशा करू या,'' रॉबिन म्हणाला.

मधल्या वेळात रॉबिनने आपल्या सोबत्यांना बोलावणे पाठवले होते. ते येताच त्याच्याभोवती जमले. रॉबिन त्यांना म्हणाला, ''माझ्या सोबत्यांनो, काही दिवसांपूर्वी आपला पाठलाग करणाऱ्या नॉटिंगहॅमच्या शेरीफने सर रिचर्ड ली यांना आणि त्यांच्या मुलाला कैद केले आहे. ते आता नॉटिंगहॅमच्या मार्गावर आहेत. आपण पाठलाग करून आपल्या त्या उपकारकर्त्या मित्राला सोडवले पाहिजे. त्यासाठी आपण दऱ्या-खोऱ्यातून वेगाने जाऊन त्यांना गाठले पाहिजे. त्यांच्याशिवाय आपण परत येता कामा नये, हे लक्षात ठेवा आणि यात जो मागे पडेल त्याला माझ्याबरोबर शेरवुडमध्ये स्थान नाही. त्याने दुसरे स्थान शोधावे.''

सर्वांनी मोठ्याने ओरडून तत्काळ निघण्याची तयारी दर्शवली. मग रॉबिनने सरदार-पत्नीचे सांत्वन करून तिला परत पाठवले.

नंतर छोटा जॉन, विलस्कार्लेट, मच यांना आणि दुसऱ्या अनेक सोबत्यांना बरोबर घेऊन त्याने शेरीफच्या पाठलागाला सुरुवात केली. प्रथम दोन माणसांना घोड्यावरून निरनिराळ्या मार्गांनी पाठवण्यात आले आणि बाकीचे सर्व मुख्य रस्त्याने सरळ निघाले.

बराच वेळ पाठलाग केल्यावर ते मॅन्सफील्डला आले. तिथे त्यांना कळले, की शेरीफ आणि त्याची तुकडी काही वेळापूर्वी विश्रांतीसाठी इथे थांबली होती आणि आता नॉटिंगहॅमच्या रस्त्याला लागली आहे.

मग आपल्या सोबत्यांना जवळ बोलावून रॉबिन हूडने त्यांना आपली कल्पना सांगितली. काहींनी पुढे दौड करून शेरीफला अडवायचे आणि छोट्या जॉनने मागून हल्ला करायचा.

पाठलागाची काहीच कल्पना नसल्याने नॉटिंगहॅमला जाणारे ते शिपाई अगदी निष्काळजीपणे चालले होते. पण बंडखोरांनी एकाएकी विलक्षण चपळाईने त्यांच्यावर हल्ला केला. त्यांच्या पहिल्याच बाणवर्षावाने अनेक शिपाई जखमी झाले आणि बाकीच्यांच्यात गोंधळ माजला. तोच छोट्या जॉनने मागून हल्ला केला. त्यामुळे शेरीफच्या शिपायांची पार धूळदाण झाली. मग रॉबिन हूड आपल्या निवडक सोबत्यांसह सर रिचर्ड आणि त्यांच्या मुलाजवळ गेला आणि त्यांच्या मुसक्या त्याने तोडून टाकल्या. ते मोकळे होताच त्यांच्या हातात तलवारी दिल्या. त्या दोघांनी नंतर विलक्षण शौर्य गाजवले. शिपायांच्या गराड्यातून ते मुक्त होताच रॉबिन हूडने शिंग फुंकले. त्याला अधिक रक्तपात नको होता; कारण त्याचे मुख्य काम झाले होते. आता त्या शिपायांची बंडखोरांचा पाठलाग करण्याची ताकद नव्हती; म्हणून रॉबिन व त्याचे सोबती सावकाश जंगलाकडे निघून गेले.

राजाशी भेट

असा पुष्कळ काळ गेला. या काळात रॉबिन हूडच्या टोळीमध्ये वाढ होण्याव्यतिरिक्त दुसरे काही महत्त्वाचे घडले नाही.

शेरीफला विरोध केल्यामुळे सर रिचर्ड लीचा किल्ला आणि जमीन त्याच्याकडून काढून घेण्यात आली होती. म्हणून त्याची पत्नीही शेरवुडमध्ये रॉबिनच्या सोबत्यांसमवेत राहत होती.

आता राजा (दुसरा) हेन्री मरण पावला होता आणि त्याचा मुलगा रिचर्ड लायन हार्ट हा गादीवर आला होता. त्याला राज्याभिषेक झाल्यावर तो लगेच लढाईवर गेला होता. लढाईवरून परत आल्यावर त्याने रॉबिन हूड आणि त्याच्या सोबत्यांचा पूर्ण नि:पात करण्याची प्रतिज्ञा केली.

कित्येक दिवस त्याच्या शिपायांनी शेरवुड जंगल धुंडाळले; पण रॉबिन हूड किंवा त्याचा कोणी साथीदार त्यांना सापडला नाही. शेवटी संतापून त्याने जंगल-अधिकाऱ्याला बोलावून घेतले. तो म्हणाला, ‘‘महाराज, अशा रीतीने वर्षभर जरी शोधलेत, तरी रॉबिन हूड सापडणार नाही. त्याला तुमच्याशी लढण्याची हौस आहे. जंगलवाटांचे त्याला विलक्षण ज्ञान आहे. शेकडो सैनिक घेऊन गेलात, तरी तो तुमचा सहज पराभव करील.

‘‘पण रॉबिनला रक्तपाताची काही आवड नाही. उलट, रक्तपात जिथे टाळता येईल तिथे तो टाळतो. म्हणूनच तो तुमच्या शिपायांपासून दूर राहतो. जर तुम्हाला त्याला खरेच भेटायचे असेल, तर चार-पाच सरदार बरोबर

घेऊन वेष पालटून – विशेषत: पाद्र्यांचा वेष घेऊन चर्चजवळ भेटायला जा. नाहीतर असे करा, मला तुमचा पुढारी करा. मी तुमची भेट करून देतो. भेट झाली नाही तर माझे डोके उडवा. पण भेट झाली तर, त्याच्या सोबत्यांबरोबर जेवण घ्या. तुमच्या सुरक्षिततेची जबाबदारी मी घेतो.''

''तुझा हा सल्ला मला आवडला,'' राजा म्हणाला, ''तू सांगतोस त्याप्रमाणे करू. तसाच वेष घेऊ. मला तो वेष शोभेल असे वाटत नाही, तरीदेखील करू. नंतर जंगलात जाऊ. त्या बंडखोरांची जागा एकदा सापडली, की त्यांना पकडणे सोपे जाईल.''

मग राजा आणि त्याच्या पाच सरदारांनी पाद्र्यांचा वेष घातला आणि ते जंगलात गेले. त्यांनी सामान लादलेले दोन घोडे बरोबर घेतले. पाहणाऱ्यांना वाटावे, की त्यांच्याकडे भरपूर संपत्ती आहे.

ते जंगलात तीन मैल आत गेल्यावर काही बंडखोर राजाजवळ आले आणि म्हणाले, ''महाराज, पलीकडे रॉबिन हूड, छोटा जॉन आणि विलस्कार्लेट हे आमच्या टोळीतले नावाजलेले गडी उभे आहेत.''

''वा! छान!'' रिचर्ड म्हणाला. ''मला याबद्दल आनंद आहे.'' असे म्हणून वेगाने त्याने रॉबिनकडे घोडा फेकला. त्या बंडखोरांजवळ येताच तो त्यांना ओलांडून जाणार असे वाटत होते. तोच रॉबिन हूड पुढे झाला आणि त्याने त्याच्या घोड्याचा लगाम हाती घेतला आणि घोडा थांबवला.

''पाद्रीमहाशय, तुम्ही थोडा वेळ माझ्याबरोबर थांबलं पाहिजे. शेरवुडचे रंगेल रहिवासी तुमचे स्वागत करीत आहेत.''

''पापी माणसा,'' पाद्री म्हणतो त्याप्रमाणे रिचर्ड म्हणाला, ''पवित्र कार्यासाठी निघालेलो असताना मला थांबवणारा तू कोण आहेस?''

''आम्ही जंगलचे रहिवासी,'' रॉबिन हसून म्हणाला, ''आम्ही शेरवुडमध्ये राहतो आणि राजाच्या हरणांवर नि तुमच्यासारख्या चर्चच्या माणसांवर जगतो.''

''तू मोठा प्रामाणिक पण, दुष्ट माणूस आहेस,'' राजा आपले हास्य लपवत म्हणाला, ''प्रत्यक्ष माझ्यासमोर तू राजरोस सांगतोयस, की आम्ही राजाच्या हरणांवर आणि चर्चच्या माणसांवर जगतो म्हणून.''

''आम्ही तेवढेच काम करू शकतो,'' रॉबिन म्हणाला, ''तुमच्याकडे गरजेपेक्षा जास्त संपत्ती आहे; पण आमच्या गरजा अधिक आहेत.''

"तू अगदी स्पष्ट बोलतोस..." आपण पाद्री आहोत हे विसरून राजा म्हणाला, "आणि मला तुझा स्वभाव आवडला. तू अतिशय प्रामाणिक दिसतोस. दान म्हणून मी तुला माझ्याकडची सर्व संपत्ती देतो. माझ्याकडे चाळीस सुवर्णमुद्रा आहेत. मी राजाबरोबर काही दिवस राहिलो होतो. त्याने माझे खिसे खाली केले, तरीही मी तुझ्यासारख्या तरुणाचे स्वागत करतो. माझ्याकडे शंभर सुवर्णमुद्रा असत्या, तरीही मी त्या तुला दिल्या असत्या." असे म्हणून राजाने सुवर्णमुद्रांची पिशवी त्याच्या हाती दिली.

"तू म्हणजे मोठा विलक्षण माणूस दिसतोस..." रॉबिन म्हणाला. "मी तुझ्यासारख्यांना लुबाडण्याची प्रतिज्ञा केली नसती, तर मी तुला सोडून दिले असते. तरी देखील तुझ्या उदारपणाचे बक्षीस तुला मिळेल. तुझ्या लादलेल्या घोड्यांना आम्ही हात लावणार नाही. या, यातल्या वीस सुवर्ण मुद्रा तुला खर्चासाठी परत घे. बाकीच्या वीस माझ्या सोबत्यांसाठी."

"बंडखोर मित्रा! तू मोठ्या औदार्याने वागतोस हं! याचमुळे तू मला अधिक आवडतोस," राजा म्हणाला, "तुला भेटण्याची राजाला अतिशय इच्छा आहे. तुझी भेट झाली तर ही अंगठी तुला बक्षीस देऊन तुला नॉटिंगहॅमला भेटीस बोलवण्यास त्याने सांगितले आहे."

"राजाला भेटण्याचे सुदैव जर मला लाभले, तर मी त्याला वंदन करीन; पण आता तुला मी आमच्या झाडाखाली जंगलाच्या माणसांचे आतिथ्य देणार आहे!"

"तुझे आमंत्रण मी स्वीकारतो. गवताची गादी आणि झाडाचा आसरा घेऊन माणूस कसा जगतो, ते पाहण्याची माझी फार इच्छा आहे. गवतावर झोपूनही तुझे शरीर चांगले कमावलेले दिसते."

रॉबिन नुसता हसला. म्हणाला, "या बाजूने या महाराज," असे म्हणून त्याने त्याचा घोडा जंगलाकडे नेला. त्याच्याबरोबर विलस्कार्लेट, छोटा जॉन आणि वेषांतर केलेले पाद्री होते. थोड्याच वेळात ते त्यांच्या ठराविक झाडाखाली आले. रॉबिनने शिंग फुंकले. क्षणार्धात हिरवा पोषाख केलेले व धनुष्य- बाणांनी सज्ज असलेले शेकडो तरुण तिथे आले. सर्व जण पूर्णपणे शिस्तबद्ध होते. ते पाहून रिचर्डला मोठे आश्चर्य वाटले.

''हे मोठे विलक्षण दृश्य आहे!'' तो पुटपुटला.

मग सर्वांना उत्तम प्रकारचे जेवण वाढण्यात आले. अनेक प्रकारचे मांस-भाकरी, उत्तम दर्जाची आणि भरपूर दारू.

''हे तर राजाचे जेवण आहे!'' रिचर्ड उद्गारला. तो अगदी मनापासून जेवत होता.

जेवण झाल्यावर रॉबिनने मर्दानी खेळ करून दाखवण्याची आज्ञा केली. ''आम्ही कशा रीतीने जीवन जगतो, ते आता तुम्हाला कळेल. राजाची व तुमची भेट झाल्यावर त्याला हे सर्व सांगा,'' तो म्हणाला.

''काही काळजी करू नकोस. मित्रा, राजाने स्वत:च्या डोळ्यांनीच सर्व पाहिले आहे, असे तू समज.''

त्यावर ''तू मोठा दिलदार पाद्री आहेस,'' असे म्हणून रॉबिनने खेळ सुरू करण्याची आज्ञा केली.

प्रथम धनुर्विद्येचे अनेक प्रयोग झाले व ते पाहून राजा चकित झाला. शेवटी तो रॉबिनकडे वळून म्हणाला, ''अशी अचूक नेमबाजी तू यांना कशी शिकवतोस, ते मला समजले, तर मला फार आनंद वाटेल.''

''तुला ते आताच पाहायला मिळेल. मच, काठीवर गुलाबाच्या फुलांचा हार ठेव,'' रॉबिन म्हणाला.

मचने त्याप्रमाणे हार ठेवला.

''आता...'' रॉबिन आपल्या सवंगड्यांना मोठ्याने म्हणाला. ''बरोबर लक्ष्यवेध करा. ज्याचा नेम चुकेल, त्याला शिक्षा केली जाईल. माझा नेम चुकला, तर मलाही शिक्षा होईल.''

पुष्कळांनी प्रयत्न केला; पण त्यांचा नेम चुकला. काहींचा बाण हाराला अगदी स्पर्श करून गेला; परंतु बरोबर नेम लागला नाही.

नंतर विलस्कार्लेट पुढे आला. त्याचा बाण नुसता स्पर्श करून गेला. मच, आणि हँडन यांनी बरोबर नेम मारला. शेवटी रॉबिनने बरोबर नेम मारला.

मग लक्ष्याची जागा अधिक दूरवर नेण्यात आली. आता लक्ष्य (हार) नुसत्या सुताप्रमाणे दिसत होते; पण रॉबिनने अचूक बाण मारला आणि त्याचे तुकडे केले.

सर रिचर्ड आतापर्यंत तिथे दिसत नव्हते. रॉबिनशी काहीतरी बोलण्यासाठी ते तिथे आले आणि राजाला पाहताच त्यांचे डोळे चमकले. त्यांनी राजाला तेव्हाच ओळखले.

ते रॉबिनला म्हणाले, ''हा पाद्री कोण आहे, ते तुला माहीत आहे काय?''

''निश्चित नाही; पण मला संशय आला आहे, हे पिंगट केस,निळे डोळे फक्त...''

''राजे रिचर्ड लायन हार्ट...''

सर रिचर्ड अभावितपणे मोठ्याने म्हणाले आणि त्याच क्षणी रॉबिन आणि सर रिचर्ड यांनी गुडघे टेकून राजाला वंदन केले. सर रिचर्ड म्हणाले, ''महाराज, मी आपल्याला ओळखतो. आपण इंग्लंडचे राजे रिचर्ड आहात. आपण पाहिलेच आहे की, आम्ही कसे राहतो-कसे जगतो. किती हिंसा करतो. घोर अन्याय आणि जबरदस्त जुलूम यामुळे आम्हाला इथे येऊन राहावे लागले आहे. तुम्ही आम्हा सर्वांवर दया कराल; अशी आम्ही आशा करतो.''

''उठा माझ्या मित्रांनो!'' राजा उदारपणे म्हणाला, ''तुला आणि तुझ्या मित्रांना मी क्षमा केली आहे. तुम्ही सर्व कायद्याच्या विरुद्ध वागला आहात आणि वाईट कृत्ये करण्याचे तुमच्यात भरपूर सामर्थ्य असूनही तुम्ही त्याचा दुरूपयोग केलेला नाही. उलट लोकांना मदतच केल्याचे मला आढळून आले आहे. ज्यांच्याकडे भरपूर संपत्ती असेल, त्यांनाच तुम्ही लुटले आहे. क्षमा करण्यासारखे यात फारच थोडे आहेत. या पाद्र्यांसमोर – जे माझे सरदार आहेत – मी जाहीर करतो, की मी तुम्हाला क्षमा केली आहे. तुमच्यावरचा बंडखोरीचा आरोप मागे घेण्यात येत आहे आणि आता स्वतंत्र माणसाचे सर्व अधिकार तुम्हाला प्राप्त झाले आहेत.''

''राजा रिचर्डचा जयजयकार असो,'' सर्व सरदारांनी एकच जयघोष केला.

''लोककल्याणासाठी परमेश्वर तुम्हाला उदंड आयुष्य देवो!'' रॉबिन हूड उद्गारला. मग त्याने गुडघे टेकले आणि राजाशी हस्तांदोलन केले.

नंतर तो त्वरेने उठला आणि छाती पुढे करून त्याने इतक्या जोराने शिंग

फुंकले, की राने आणि दऱ्याखोरी थरारून गेली. त्याच क्षणी रॉबिन हूडचे सोबती तिथे येऊन उभे राहिले. रॉबिनने सर्वांना शांत राहण्यासाठी हात वर केला व तो म्हणाला, ''तुमचे गुडघे जमिनीवर टेका. इथे आपले राजे रिचर्ड लायन हार्ट आलेले आहेत. त्यांना वंदन करा.''

रॉबिनने स्वत: प्रथम गुडघे टेकले. गुडघे टेकलेले असतानाच राजाने आपल्याला क्षमा केल्याचे त्याने सांगितले. नंतर सर्वांना उभे राहण्यास सांगून तो म्हणाला. ''आता हे सर्व जंगल राजाच्या जयजयकाराने दुमदुमून जाऊ द्या. राजाच्या औदार्याला शोभेल असा जयजयकार करा.''

त्याबरोबर त्या शूर जवानांनी असा गगनभेदी जयजयकार केला, की तो कित्येक मैल दूर ऐकू गेला असेल.

त्या रात्री इंग्लंडचा राजा शांतपणे झाडाखाली झोपला. दुसऱ्या दिवशी उठल्यावर ताबडतोब त्याने रॉबिन हूड आणि त्याच्या सोबत्यांसहित राजधानीला निघण्याची तयारी केली. राजाने रॉबिनला विचारले, ''तुझ्याकडे, तुम्ही घालता तसे, आणखी काही पोषाख आहेत का? असल्यास मला आणि माझ्या सरदारांना दे.''

''आमच्याकडे पुष्कळ पोषाख आहेत,'' रॉबिन म्हणाला.

मग राजाने आणि त्याच्या सरदारांनाही ते पोषाख घातले आणि ते रॉबिन हूड आणि त्याच्या सोबत्यांसह नॉटिंगहॅमला निघाले.

राजाने सांगितल्याप्रमाणे शहरात शिरताना सर्वजण मोठ्याने गर्जना करू लागले. उघडपणे बंडखोर शहरात शिरताना पाहून प्रथम लोक घाबरले. शिवाय राजाने वेषांतर केल्यामुळे तो त्यांना या गर्दीत दिसेना. रॉबिन हूडला पकडायला राजा निराळ्या वेषाने गेला आहे, हे लोकांना माहीत होते; त्यामुळे त्यांना वाटले, की राजाला मारून रॉबिन हूड शहर लुटायला आला आहे.

लोक घाबरून इकडेतिकडे धावू लागले. सर्वत्र भयसूचक घंटा वाजू लागल्या पण शेरीफचा कोठे पत्ता नव्हता. लष्कराला तयार राहण्यास सांगितले गेले. शहरातल्या मोठ्या रस्त्यावर आल्यावर लष्कराने त्यांना विरोध केला.

''ही आमची मरतुकडी कुत्री आली आहेत लढायला!'' राजा रॉबिनकडे वळून हसून म्हणाला. मग उगाच रक्तपात नको म्हणून राजाने जोराने शिंग

फुंकले. या शिंगाचा आवाज राजाच्या माणसांना माहीत होता. त्यामुळे राजा बंडखोरांसहित आल्याची बातमी कळताच त्यांच्या स्वागतासाठी लोकांची एकच गर्दी उसळली.

मग रॉबिनने राजाबरोबर किल्ल्यात प्रवेश केला आणि राजाने त्याला अतिशय सन्मानाने वागवले.

नंतर रॉबिन हूड आणि त्याचे सोबती त्यांचे क्षमापत्र तयार करण्यात आले. रॉबिन हा हंटिंगटन सरदार आहे, हे कळाल्यावर राजाने त्याचा किताब आणि संपत्ती त्याला देण्याची आज्ञा केली. सर रिचर्ड ली यांचा किल्लाही त्यांना परत करण्यात आला.

शेवट

त्या काळी कायद्याची चक्रे फार हळू चालत. त्यामुळे रॉबिन हूडला त्याची संपत्ती परत मिळण्यासाठी खूपच वर्षे लागली व त्यापूर्वी राजा रिचर्ड मरण पावला.

मग त्याचा भाऊ जॉन हा गादीवर आला. तो अत्यंत दुष्ट राजा होता. त्याने रॉबिन हूडची संपत्ती तर देण्याचे नाकारलेच, उलट त्याचे क्षमापत्रही रद्द केले. त्यामुळे रॉबिन हूडला पुन्हा शेरवुड जंगलाचा आश्रय घ्यावा लागला. त्याने पुन्हा आपली टोळी जमा केली. छोटा जॉन आणि विलस्कार्लेट या मित्रांबरोबर तो अनेक वर्षे राहिला.

परंतु आता वय झाल्यामुळे त्याला बरे वाटत नव्हते. म्हणून त्याची एक चुलत बहीण वैद्यविद्येत अतिशय निपुण होती, तिच्याकडे तो गेला. त्याच्याबरोबर छोटा जॉन होता.

त्याच्या चुलत बहिणीचे नाव होते प्रिऑरेस ऑफ किर्कलीज. रॉबिन हूड बंडखोर असल्यामुळे तिच्या मनात त्याच्याविषयी राग होता. त्यामुळे आपल्या घरी आलेल्या रॉबिनचे स्वागत तिने वरकरणीच केले आणि त्याला आत नेले. छोटा जॉन बाहेर वाट पाहत होता. मग प्रिऑरेसने रॉबिनची एक शीर अशी काही कापली, की काही केल्या रक्त बंदच होऊ नये.

नंतर त्याला खोलीत बंद करून ती निघून गेली. रॉबिन हूडला बराच वेळ या विश्वासघाताची कल्पना नव्हती. जेव्हा त्याला समजले, की आपला विश्वासघात झाला आहे, तेव्हा त्याने आपले शिंग काढून जोराने वाजवले, परंतु आता त्याला शिंग फुंकणेही जड जात होते. त्याने सर्व शक्तीनिशी

वाजवलेल्या शिंगाचा आवाज अगदी बारीक येत होता.

बाहेर उभ्या असलेल्या छोट्या जॉनला तर तो अगदी हळू ऐकू आला. आपला धनी संकटात आहे हे त्याने तत्काळ ओळखले. मग दार बंद होते ते फोडून तो आत घुसला आणि रक्तस्रावाने अशक्त झालेल्या रॉबिन हूडला खाली पडता पडता त्याने सावरले.

रॉबिन हूड आता जगत नाही, हे पाहून छोटा जॉन म्हणाला, ''धनी माझ्यावर कृपा करा. हे घर जाळून भस्म करण्याची मला परवानगी द्या.''

''नाही,'' रॉबिन अशक्त आवाजात म्हणाला, ''मी सबंध आयुष्यात स्त्रीला कधी दुखवले नाही आणि आताही मी ते करणार नाही.''

त्याचा आवाज आता अधिकच खोल गेला. तशाही स्थितीत तो म्हणाला, ''माझे धनुष्य माझ्या हातात दे. मी एक बाण मारतो.''

छोटा जॉनने त्याच्या हातात धनुष्य दिले. रॉबिनने आपल्या सर्व शक्तीनिशी दोरी ओढून खिडकीतून बाण फेकला आणि तो म्हणाला, ''हा बाण जिथे जाऊन पडेल, तिथे माझी समाधी बांधा.''

नंतर आपल्या विश्वासू सेवकाच्या खांद्यावर मान ठेवून आणि ओठांवर हास्य खेळत असलेला तो शूर बंडखोर मरण पावला.

बाण पडलेल्या त्या जागेवर त्याची समाधी बांधण्यात आली. त्यावर गीत आहे.

> जयजयकार असो त्या प्रत्यंचेचा !
> जयजयकार असो त्या रणशिंगाचा !
> जयजयकार असो त्या जंगल आणि त्या दऱ्यांचा !
> जयजयकार असो त्या हिरव्या पोषाखाचा !
> जयजयकार असो त्या शूर धनुर्धारीचा !
> जयजयकार असो त्या छोट्या जॉनचा !
> आणि त्याने दौडलेल्या त्या अश्वाचा !
> भूमीखाली शांत झोपलेल्या !
> रॉबिन हूडचा जयजयकार असो !
> त्या उमद्या माणसाचा जयजयकार असो !
> शेरवुड जंगलवासींचा जयजयकार असो !

*

रॉबिन्सन क्रूसो

अर्थात्

(निर्जन बेटाचा राजा)

डॅनिअल डफो

अनुवाद

भा. म. गोरे

सागराची हाक

माझे नाव रॉबिन्सन क्रूसो.

इ. स. १६२२ साली, यॉर्क शहरात एका चांगल्या कुटुंबात माझा जन्म झाला. माझे वडील व्यापारात खूप श्रीमंत झाले होते. माझ्या आईचे आडनाव रॉबिन्सन होते आणि वडिलांचे आडनाव क्रूसो अशा रीतीने माझे नाव रॉबिन्सन क्रूसो असे पडले.

माझ्या वडिलांनी मला चांगले शिक्षण दिले होते आणि मी वकील व्हावे अशी त्यांची इच्छा होती, पण मला मात्र सागराची फार ओढ होती. माझ्या वडिलांनी, मित्रांनी कितीही समजूत घातली तरीही माझे मन पालटले नाही.

एके दिवशी सकाळी माझ्या वडिलांनी मला त्यांच्या खोलीत बोलवले आणि माझ्या भावी आयुष्याविषयी गंभीरपणे मला चार गोष्टी ऐकवल्या. ते म्हणाले, ''हे पहा ! तू इथे राहिलास तर तुला हवे ते सारे मिळेल. पण समुद्रावर सफर करण्याचा तुझा बेत असला तर मात्र त्या जीवनातील धोक्याची जाणीव तुला मनात ठेवली पाहिजे. म्हणून खरे तर घर सोडून जाण्याचा विचार तू बिलकूल करू नकोस.''

यानंतर काही काळपर्यंत मी माझ्या वडिलांची आज्ञा पाळली खरी, पण काही आठवडे लोटतात, तोच माझ्या साहसी वृत्तीने पुन्हा उचल खाल्ली. मग मी मनाशी निश्चय केला की, एक दिवस आपण आपल्या घरातून पळून जावे हेच बरे ! अशा विचारातच एक वर्ष लोटले. वर्षानंतर 'हल्' नावाच्या बंदरात

मी माझ्या मित्राला भेटायला गेलो होतो. त्याच्या वडिलांच्या एका गलबतातून तो सागरमार्गाने लंडनला जाणार होता. तो मला म्हणाला, ''दोस्त, तूदेखील माझ्याबरोबर चल. प्रवासासाठी तुला काहीही खर्च येणार नाही.''

मी त्याच्याबरोबर जात आहे असे मी माझ्या आई-वडिलांना मात्र सांगितले नाही. इ. स. १६५१च्या पहिल्या सप्टेंबर रोजी लंडनला जाणाऱ्या जहाजावर मी पाय ठेवला.

आमचे जहाज बंदरातून बाहेर पडते न पडते तोच, वारा जोराने वाहू लागला आणि लाटा उंच उंच उसळू लागल्या. या पूर्वी मी कधीच समुद्र-प्रवास केला नसल्याने मी खूप घाबरलो. मळमळ, ओकाऱ्या यांनी मी हैराण झालो आणि मग मनाशी निश्चय केला, की एकदा सुखरूपपणे किनाऱ्यावर पाय टेकला तर आता थेट घर गाठणार आणि पुन्हा समुद्रप्रवासाचे नावही काढणार नाही.

दोन दिवसांनंतर समुद्र शांत झाला आणि वाऱ्याचा जोरही कमी झाला. मला रात्री चांगली झोप लागली आणि सकाळी उठल्यावर मला अगदी हुरूप वाटू लागला. माझा मित्र मला भेटायला माझ्या खोलीत आला आणि माझ्या खांद्यावर हात ठेवून म्हणाला, ''काय रे बॉब ! कशी काय आहे तुझी तब्येत ? परवा रात्री थोडा वारा सुटला होता तेव्हा तुला भीतीबीती वाटली होती की काय ?''

मी म्हणालो, ''थोडा वारा सुटला म्हणतोस की काय ? अरे, ते तर भयंकर वादळ होते !''

''अंऽ ! ह्याला वादळ म्हणतोस की काय ?'' माझा मित्र हसून म्हणाला, ''अरे त्यात तर काहीच काळजी करण्यासारखे नाही. पायाखाली मजबूत जहाज आणि समोर खुला दर्या एवढे असले म्हणजे आम्हाला अशा वाऱ्याची बिलकूल भीती वाटत नाही. तूही लवकरच हे सारे विसरून जाशील. चल बाहेर, बघ हवा किती छान पडली आहे !''

अशा रीतीने सहा दिवसांच्या प्रवासानंतर आमचे जहाज यार-माउथ बंदराजवळ येऊन पोहोचले, पण वारा उलट दिशेने वाहात असल्याने, आम्हाला बंदराबाहेरच नांगर टाकून थांबावे लागले. पण काही काळानंतर वाऱ्याचा जोर

इतका वाढला की, आमच्या कप्तानालाही धोक्याची जाणीव झाली. त्यानंतरच्या दिवशी तर समुद्र इतका खवळला की, काही लाटा थेट जहाजाच्या काठावरून आत येऊन कोसळू लागल्या. कप्तानाने लगेच दुसरा नांगरही टाकण्याचा हुकूम सोडला. म्हणजे निदान आमचे जहाज वादळाने वाहून जाऊ नये म्हणून ही खबरदारी होती. आता मात्र जहाजावरील प्रत्येक माणूस भयभीत दिसू लागला होता.

संध्याकाळ झाल्यावर तर लाटा आणखीनच उंच उंच उसळू लागल्या आणि दर दोन-तीन मिनिटांनी धाड् धाड् आवाज करीत, जहाजाच्या काठावरून थेट आत येऊन कोसळू लागल्या. जहाजाच्या पुढील डोलकाठी तोडून टाकावी लागली. पण त्यामुळे मुख्य डोलकाठी ढिली होऊन जहाज इतके हलू लागले की, अखेर तीदेखील तोडून टाकावी लागली.

आमचे जहाज मजबूत होते खरे, पण त्यात बराच अवजड माल भरलेला होता. त्यात भर म्हणजे, आत आलेल्या पाण्याचेही वजन. ह्या भारामुळे जहाज पाण्यात अधिकाधिक खालीखाली जाऊ लागले.

मध्यरात्रीच्या सुमाराला एक खलाशी घाबऱ्या घाबऱ्या येऊन म्हणाला की, जहाजाच्या तळाशी पाच फूट खोल पाणी साचलेले आहे. मग काय ! सारेच जण ते पाणी पंपाने उपसून काढण्याच्या कामाला लागले आणि मीदेखील या कामाला माझा हातभार लावला.

आता मात्र आमचा कप्तान मदतीसाठी संदेश पाठवू लागला. काही वेळाने जवळ असलेल्या एका नौकेने आमच्या मदतीसाठी एक होडी पाठवली, पण लाटांच्या जोरामुळे तिला आमच्या जहाजापर्यंत येता येईना. आमच्या खलाशांनी होडीच्या दिशेने एक दोर फेकला. खूप जोराने वल्ही मारून जरा जवळ येऊन अखेर होडीतल्या लोकांनी तो पकडला. अखेर त्या दोराच्या मदतीने आम्ही ती होडी आमच्या जहाजाजवळ ओढून घेतली आणि आम्ही सगळे त्या होडीत जाऊन बसलो.

आमचा किनाऱ्याच्या दिशेचा प्रवास फार मंद गतीने आणि कष्टाने झाला. कारण समुद्राच्या लाटा आम्हाला भलतीकडेच नेत होत्या. अखेर आम्ही जवळच्या क्रमर या बंदराशी जाऊन पोहोचलो आणि कसेबसे किनाऱ्यावर

उतरलो. तेथून पायी रखडत रखडत आम्ही यार-माउथ बंदरात येऊन पोहोचलो. आमचे जहाज गेल्यामुळे आम्ही केवळ वस्त्रानिशी बचावलो होतो. तरीही येथील लोकांनी आमची फार मायेने विचारपूस केली. आम्हाला कपडेलत्ते दिले. लंडनला किंवा घरी परत जाण्यापुरते पैसे देखील दिले. माझ्या अंगी थोडे शहाणपण असते तर मी 'हल्ला' परत जाऊन, यॉर्क येथील घरी जाऊन सुखासमाधानाने राहिलो असतो. पण मला माझे दैव भलत्याच मार्गाने पुढे लोटीत होते; म्हणून तोच प्रवास पुढे चालू ठेवून मी थेट लंडन शहर गाठले. अशा रीतीने माझ्या भ्रमंतीला सुरुवात झाली.

सौदागर आणि कैदी

लंडनला गेल्यावर तेथे माझ्या बऱ्याच ओळखी झाल्या आणि त्यातून मला काही चांगले मित्रही मिळाले. त्यातला एक माणूस आफ्रिकेच्या किनाऱ्यावरील गिनी या देशाला जाणाऱ्या एका गलबताचा कप्तान होता. पुढील प्रवासात आपल्याबरोबर येण्यासाठी त्याने मला आमंत्रण दिले. हा प्रवास देखील मोफत होणार होता. विक्रीसाठी काही माल बरोबर घेतला तर त्यातून खूपसा फायदा होईल असेही त्याने मला सांगितले. ही त्याची सूचना स्वीकारून मी त्याच्याबरोबर सफरीस निघालो. सहजपणे विकली जातील अशी खेळणी आणि इतर सुमारे चाळीस पौंड किंमतीच्या अनेक आकर्षक वस्तू मी विकत घेतल्या. या सफरीमुळे मी जसा खलाशी, तसाच व्यापारीदेखील बनलो. आफ्रिकेतून परत येताना माझ्याबरोबर सुमारे पाच रत्तल अशुद्ध सोन्याचा भुगा मी आणला. तो विकल्यावर मला सुमारे तीनशे पौंड मिळाले. या यशस्वी सफरीमुळे पुन्हा दुसऱ्या सफरीस निघण्यास मला मोठा हुरूप आला. दरम्यान, माझा मित्र असलेला कप्तान मृत्यू पावला होता; तरी त्याच जहाजातून गिनी देशाची दुसरी सफर करण्याचे मी ठरवले.

माझ्या तीनशे पौंड मिळकतीतून मी दोनशे पौंड कप्तानाच्या विधवेजवळ ठेव म्हणून ठेवले. उरलेल्या शंभर पौंडांचा माल विकत घेतला. सोन्याचा भुगा देऊन तेथील लोक कोणता माल घेणे पसंत करतात, हे आता मला चांगले ठाऊक झाले असल्याने, मागील खेपेपेक्षा अधिक फायदा होईल अशी मला

आशा वाटत होती. पण दैवगती कशी विचित्र असते ते बघा ! ही सफर अत्यंत अपयशी ठरली.

आमचे जहाज कॅनरी बेटाजवळून जात असताना तुर्की चाचे लोकांच्या एका जहाजाने आमचा पाठलाग सुरू केला. आमच्याकडून होईल तितक्या वेगाने आम्ही पळ काढीत होतो, पण चाचे लोकांच्या जहाजाचा वेग आमच्या जहाजाहून अधिक होता. त्यामुळे काही तासांतच ते जहाज आम्हाला येऊन भिडले. हातघाईच्या लढाईत चाचे लोकांनी आमच्यापैकी तीन लोक ठार मारले आणि आठ लोक जखमी झाले. उरलेल्या आम्हा साऱ्यांना चाचे लोकांनी कैद केले.

चाचे लोकांच्या कप्तानाने मला आपला गुलाम केले. सफरीच्या शेवटी त्याने मला आपल्या घरी नेले. मला अशी आशा वाटत होती की, माझा मालक पुढच्या सफरीस जाताना मला आपल्या बरोबर नेईल. आज ना उद्या, केव्हातरी एखादे आरमारी जहाज भेटले म्हणजे हे चाचे लोक कैदी बनतील आणि मग माझी आपोआप सुटका होईल. पण कसचे काय ? आमचा मालक असा खट की, सफरीवर जाताना तो मला घरकाम, बागकाम अशी कष्टाची कामे करण्यासाठी घरी ठेवून जाई !

तो घरी आल्यावर मात्र एकदा त्याने मला त्याच्या जहाजाची राखण करण्यासाठी जहाजावर पाठवले. येथे असताना निसटून जाण्याचे अनेक बेत मी आखले. पण दोन वर्षे उलटून जाईपर्यंत त्यातला एकही बेत अंमलात आणता आला नाही.

माझा मालक अनेकदा घराजवळच्या खाडीत मासेमारीसाठी होडीत बसून जाई. अशा वेळी जहाजावरील एक लहान होडी तो बाहेर काढी. मी आणि दुसरा एक नोकर अशा दोघांकडे ही होडी वल्हवण्याचे काम दिलेले असे. कधी कधी कप्तानाऐवजी त्याचा एक नातलग, एक मूर नागरिक आमच्यावर देखरेख करण्यासाठी येत असे.

एके दिवशी आमच्या मालकाकडे कोणी बडे पाहुणे येणार होते. त्या लोकांना जहाजावर मोठी मेजवानी होणार असल्याने, नेहमीपेक्षा बरीच मोठी खाद्यसामग्री त्याने माझ्याबरोबर होडीतून पाठवली. त्याप्रमाणे सारी तयारी

करून मी दुसऱ्या दिवशी सकाळी कप्तान व त्याचे पाहुणे यांची वाट पाहत बसलो. पण आमचा मालक एकटाच जहाजावर आला व 'पाहुण्यांचे आगमन रहित झाले आहे' असे सांगू लागला. त्या मूर तरुणाबरोबर नेहमीप्रमाणे मासे धरण्यास मी होडीतून जावे असे त्याने मला फर्मावले. त्याच वेळी मी मनाशी निश्चय केला की, पळून जाण्यास हीच योग्य संधी आहे. मासेमारीसाठी नव्हे, तर एखाद्या सफरीसाठी जरूरी असलेली साधनसामग्री मी गुपचूप आमच्या होडीत नेऊन ठेवण्याचा विचार केला.

मी त्या मूर तरुणाला म्हणालो, "हे पहा, मालकांनी पाहुण्यांसाठी आणलेल्या खाद्यवस्तू आपणच खाऊन टाकणे बरोबर नव्हे. मासेमारी करताना जेवणासाठी काही साधेसुधे पदार्थ घेऊ या बरे !" ही गोष्ट पटल्याने तो मूर अशा काही वस्तू, पिण्याचे पाणी वगैरे आणण्यासाठी निघून गेला. तो गेल्यावर मी मेजवानीसाठी आणलेले खूपसे पदार्थ आमच्या होडीत झाकून ठेवले. तसेच एक बंदूक, कुऱ्हाड, करवत, हातोडा वगैरे हत्यारेही लपवून ठेवली. तो मूर आणखी अन्न-पाण्याचे पिंप वगैरे घेऊन येणार होताच. त्या सर्व वस्तू मिळून माझ्या होडीत बऱ्याच लांबवरच्या सफरीसाठी अन्न-पाण्याचा भरपूर साठा तयार होता.

सगळी तयारी झाल्यावर तो मूर, एक नोकर आणि मी असे आम्ही तिघे होडीतून मासेमारीसाठी बंदरातून बाहेर पडलो. किनाऱ्यापासून सुमारे एक मैलावर आम्ही मासे धरू लागलो, पण काहीच हाती लागेना. निदान तसे मी भासवले, व त्या मूरला म्हणालो, "अशाने आपल्याला रिकाम्या हाताने परत जावे लागेल. तसे नको असले तर आपल्याला आणखी दूरवर गेले पाहिजे." याला त्याने होकार दिला. होडीत तो जेथे बसला होता तेथे जाऊन जणू काही एखादे वल्हे उचलून घेण्यासाठी मी खाली वाकलो, बेफिकीरपणे बसलेल्या त्या मूरला एक धक्का देऊन समुद्रात ढकलून दिले व होडी भर समुद्राकडे वळवली.

तेवढ्यात तो मूर पाण्याच्या पृष्ठभागावर येऊन, सपासप हात मारीत आमच्या होडीकडे पोहत येऊ लागला. त्याने आमची होडी लवकरच गाठली असती म्हणून मी लपवून ठेवलेली बंदूक बाहेर काढली. ती त्याच्याकडे

रोखून मी म्हणालो, ‘‘हे पहा ! तुम्हाला चांगले पोहता येते. तुम्ही सहज किनारा गाठू शकाल. तुम्ही परत जात असला, तर मी तुमच्या केसालाही धक्का लावणार नाही. पण तुम्ही होडीजवळ येण्याचा प्रयत्न केला, तर मात्र नाइलाजाने तुमच्यावर गोळी झाडावी लागेल.’’

माझ्या बोलण्यावर विश्वास बसला नसावा अशा रीतीने तो मूर माझ्याकडे डोळे फाडून पहातच राहिला. पण मी न डगमगता माझी बंदूक त्याच्यावर रोखून पवित्र्यात उभा राहिलो होतो. माझा निश्चय पाहून शेवटी मागे वळून तो किनाऱ्याकडे पोहत जाऊ लागला. तो बराच दूर गेल्यावर होडीतील सुरी या नोकराकडे वळून मी म्हणालो, ‘‘सुरी ! तू माझ्याबरोबर इमानीपणाने वागलास तर मी तुला मोठा माणूस बनवीन. पण इमानीपणाची शपथ तू या क्षणाला जर घेतली नाहीस, तर मात्र त्या मूरसारखीच तुझी गत होईल. बोल ! देऊ का फेकून तुलाही समुद्रात?’’ यावर सुरीने इतकी गयावया केली, निष्ठेच्या शपथा घेतल्या की अखेर माझा सोबती म्हणून त्याला होडीत ठेवण्याचे मी ठरवले.

अंधार पडू लागल्यावर मी होडीचे शीड उभारले आणि किनाऱ्या-किनाऱ्याने होडी हाकारली. समुद्र अगदी शांत होता आणि वारा मागून वहात होता. त्यामुळे माझी होडी वेगाने पुढे चालली होती. दुसऱ्या दिवशी दुपारी तीन वाजण्याच्या सुमारास मी हिशेब केला तर चाचे लोकांच्या कप्तानाच्या घरापासून निदान दीडशे मैल तरी होडीने मजल मारली असावी असा माझा अंदाज होता. तरीदेखील सावधपणा म्हणून पक्के पाच दिवस प्रवास झाल्याखेरीज आपण किनाऱ्याला पाय लावायचा नाही, नांगर टाकायचा नाही असा मी निश्चय केला. माझी खात्री होती की, एखादे जहाज माझ्या शोधासाठी निघाले असले तरी आता ते निराश होऊन परत फिरले असावे.

पाच दिवसांनंतर एका संध्याकाळी एका नदीच्या मुखाशी मी नांगर टाकला. अंधार होईपर्यंत थांबावे आणि मग पोहून किनाऱ्यावर जावे असा बेत होता. पण अंधार पडल्यावर किनाऱ्यावरून जंगली प्राण्यांच्या भुंकण्याचे, गर्जनांचे असे आवाज येऊ लागले, की सुरीची घाबरगुंडीच उडाली. तो काकुळतीस येऊन म्हणू लागला, ‘‘अहो धनीसाहेब ! माझे ऐका, अशा अपरात्री तरी या धोक्याच्या जागी जाऊ नका.’’ पण आमच्याजवळचा

पिण्याच्या पाण्याचा साठा संपला होता. ताजे पाणी भरून घेण्यासाठी आम्हाला कुठेतरी किनाऱ्यावर उतरणे भागच होते; म्हणून सकाळी आम्ही दोघे किनाऱ्यावर उतरलो. प्रथम मी होडीत बसून राखण करावी आणि आपण एकट्याने किनाऱ्यावर जावे असा सुरीचा बेत होता; पण एका ऐवजी दोघांनी जाणे बरे, असे मी ठरवले. अखेर आम्ही दोघेही होडीच्या बाहेर पडलो. आमच्या दोघांच्याही हातात एक बंदूक आणि पाण्यासाठी एक एक भांडे होते. किनाऱ्यावर आल्यावर मी सरळ आत शिरलो आणि सुरी किनाऱ्या-किनाऱ्याने पुढे निघाला. अशा रीतीने आमच्यांपैकी एकाला तरी गोड पाण्याचा एखादा ओढा, प्रवाह सापडावा अशी आमची योजना होती.

थोड्या वेळातच किनाऱ्यावरून सुरी माझ्याकडे जोराजोराने पळत येत असलेला मला दिसला. त्याच्या मागे एखादे जंगली जनावर तर लागले नाही, अशी शंका येऊन मी त्याच्याकडे धाव घेतली. पण जवळ गेल्यावर मला दिसले की, त्याने बंदुकीने टिपलेले एक लहानसे जनावर त्याच्या खांद्यावरून लोंबत होते. बरेच दिवसांत ताजे मांस मिळाले नव्हते, ते मिळाल्याने आम्हाला फार आनंद झाला. ताजे पाणी भरून घेऊन आम्ही होडी हाकारली.

अशा रीतीने या सफरीत अन्न-पाण्यासाठी आम्हाला अनेकदा किनाऱ्यावर उतरावे लागले. आता आम्ही आफ्रिकेच्या किनाऱ्याकडे येऊ लागलो होतो. एके दिवशी तर भल्या पहाटेस किनाऱ्याजवळ हिंडणारा एक सिंह सुरीने मला दाखवला. मी त्याला म्हणालो, ''अरे बघतोस काय? चटकन् किनाऱ्यावर जाऊन त्याची शिकार कर.''

त्यावर घाबरून सुरी म्हणाला, ''भलतेच ! अहो ! तोच माझी शिकार करायचा.''

यावर काही न बोलता बंदूक उचलून मी नेम धरला आणि आवाज टाकला. दुर्दैवाने माझी गोळी सिंहाच्या पायाला लागून त्याचा पाय तेवढा मोडला. तरी तीन पायांवर झेप घेऊन त्याने भयंकर गर्जना केली. मी पुन्हा जी गोळी झाडली ती बरोबर त्याच्या डोक्यात घुसली आणि तो मरून पडला. अन्न म्हणून त्याच्या मांसाचा काही उपयोग नव्हता; पण त्याच्या कातड्याचा मात्र उपयोग होईल असे मला वाटले. म्हणून मी आणि सुरी दोघांनी दिवसभर

मेहनत करून त्याचे कातडे सोडवले; आणि ते उन्हात वाळवले. ते वाळल्यावर झोपण्यासाठी उबदार गालिच्यासारखा त्याचा मी उपयोग करू लागलो.

अशा रीतीने आम्ही तीन आठवडे सफर करीत चाललो असता, एके दिवशी सुरी अचानक ओरडला, ''मालक ! ते पहा ! एक मोठे जहाज दिसत आहे !'' त्या दिशेने पाहता मला एक मोठे पोर्तुगीज जहाज दिसले. मी माझी होडी त्या दिशेने वळवली, पण ते जहाज इतक्या जलद गतीने चालले होते, की आम्ही केलेल्या खाणाखुणा पटण्याआधीच ते दृष्टीआड जाईल अशी मला भीती वाटू लागली. सुदैवाने जहाजावरील कोणालातरी दुर्बिणीतून पाहताना आमची होडी दिसली असावी, कारण त्या जहाजाने आपली गती कमी केली तरी देखील त्या जहाजाजवळ जाऊन पोहोचण्यासाठी आम्हाला तीन तास मेहनत करावी लागली. अखेरीस आमची होडी त्या जहाजाच्या बाजूला येऊन थांबली. जहाजावरील खलाशांनी सोडलेला दिलेला एक दोर आम्ही होडीला बांधून टाकला आणि नंतर मी आणि सुरी त्या मोठ्या जहाजावर चढून गेलो.

नौका डुबली

अशा रीतीने माझे स्वातंत्र्य मला परत मिळाल्याने, मला इतका आनंद झाला की, त्या भरात माझी होडी आणि जवळ असलेली सर्व चीजवस्तू मी कप्तानाला त्या बदल्यात देऊ केली. परंतु, त्याने कोणतीही वस्तू घेतली नाही. त्याचे जहाज ब्राझील देशाकडे निघाले होते. तेथे पोहोचल्यावर माझ्या साऱ्या वस्तू मला घेऊन जाण्याची त्याने परवानगी दिली. तो म्हणाला, ''मी तुमचा जीव वाचवला हे खरे, पण त्या परिस्थितीत माझाही जीव तशाच रीतीने वाचावा या विचारानेच मी तसे केले. कोणी सांगावे? कधीकाळी मलाही तुमच्या सारखीच मदतीची गरज लागेलही.''

माझी होडी त्या कप्तानाला इतकी आवडली की, तिची किंमत किती घेणार असे त्याने मला विचारले. मी म्हणालो, ''हे पहा, तुमचे माझ्यावर इतके उपकार झाले आहेत की, मी तुम्हाला कोणतीच किंमत सांगू शकत नाही. तुम्ही जे द्याल ते मला मंजूर आहे.''

यावर त्याने होडीसाठी मला ऐंशी रूपयांची नाणी देऊ केली आणि सुरीसाठी आणखी साठ नाणी देण्यास तो तयार झाला. या सुरीने माझी इतक्या इमानेइतबारे चाकरी केली होती, की त्याला देऊन टाकणे माझ्या जीवावर आले; पण 'दहा वर्षांनंतर मी याला मोकळा करीन' असे कप्तानाने वचन दिले. या नव्या देशात राहण्याची त्या मुलाचीही खुशी दिसल्याने अखेर मी सुरीला कप्तानाच्या हवाली केले.

आमची ब्राझीलची सफर फार आरामात पार पडली. मी जहाजावर आल्यापासून तीन आठवड्यांनी आम्ही त्या देशात जाऊन पोहोचलो. माझ्या प्रवासासाठी कप्तानाने एक पैदेखील घेतली नाही. उलट, कबूल केल्याप्रमाणे माझी सारी चीजवस्तू त्याने माझ्या हवाली केली. इतकेच नव्हे तर, सिंहाचे कातडे ठेवून घेऊन त्याबद्दल मला चांदीची चाळीस नाणी दिली.

अशा रीतीने हे जहाज सोडताना माझ्याजवळ एकशे ऐंशी चांदीची नाणी जमली होती. पहिले काही महिने मी एका उसाच्या मळेवाल्याच्या घरी राहिलो. येथील जीवन मला इतके आवडले की, आपणदेखील एखादा उसाचा मळा लावून आपले नशीब अजमावून पाहावे असे मी ठरवले. यासाठी लंडनमध्ये ठेवलेल्या रकमेची मला जरूर होती. येथेही माझ्या पोर्तुगीज जहाज–मालकाने मला मदत करण्याचे आश्वासन दिले. तो म्हणाला, ''त्यात काय मोठेसे ! तुम्ही मला एक अधिकार पत्र द्या. लंडनमध्ये तुम्ही जिच्याकडे रक्कम ठेवली आहे, त्या विधवा स्त्रीकडे जाऊन ती रक्कम मी घेऊन येईन. पुढच्या खेपेस ब्राझीलला येताना मी असा माल घेऊन येतो की, तो विकून तुम्हाला खूपसा फायदा होईल !''

अशा रीतीने त्या रकमेची वाट पाहात असता, मला मिळाली ती जमीन मी विकत घेऊन टाकली. प्रथम तेथे मी धान्याचे एक पीक काढले. त्यानंतर आणखी जमीन तयार करून तंबाखू लावली आणि मग अधिक मोठ्या जमिनीत उसाची लागवड करण्याची तयारी सुरू केली. ह्या कामात मला अधिक मदतीची जरूरी असल्याने सुरीला मी देऊन टाकल्याबद्दल मला पस्तावा वाटू लागला.

कप्तानाने मात्र आपले वचन पूर्णपणे पाळले. मी जिच्याकडे रक्कम ठेवली होती, त्या स्त्रीची भेट घेऊन त्याने माझे पत्र तिला दिले. तिनेही माझे शंभर पौंड लगेच परत केले आणि त्या किमतीचा माल व्यापाऱ्यांनी कप्तानाच्या हवाली केला. निरनिराळ्या प्रकारचे कपडे आणि इतर मौल्यवान वस्तू त्याने आणल्या आणि त्या साऱ्या खूप नफा घेऊन मला चटकन विकून टाकता आल्या. यातून मिळालेल्या रकमेमुळे तीन नोकर ठेवून माझ्या शेतीवाडीवर मला जोरात काम चालू करता आले.

अशा रीतीने मी ब्राझीलमध्ये चार वर्षांहून अधिक काळ राहिलो. मला तेथील भाषाही चांगली येऊ लागली. मळेवाले, व्यापारी वगैरे लोकांत माझी जानपहेचानही चांगलीच झाली. ह्या लोकांशी बोलताना, आफ्रिकेतील गिनी देशाच्या किनाऱ्यावर मी अनेकदा व्यापारासाठी प्रवास केला होता, असे मी त्यांना सांगितले होते. तेथील जंगली लोकांना मणी, खेळणी, कापड, चाकू, कात्र्या देऊन त्यांच्याकडून सोन्याचा भुगा (सोने मिश्रित माती), हस्तिदंत वगैरे वस्तू किती सहजपणे मिळू शकतात हे ऐकून त्या मळेवाल्यांच्या तोंडाला पाणी सुटले. आपल्या शेतीवाडीवर काम करण्यासाठी गुलामदेखील तेथून आणता येतील असा त्यांचा विचार होऊ लागला.

काही दिवसांनी तीन मळेवाल्यांनी माझी भेट घेतली. गिनीच्या किनाऱ्याकडे जाणाऱ्या एका जहाजातून मी त्यांच्याबरोबर वाटाड्या म्हणून जावे, अशी योजना त्यांनी माझ्यापुढे मांडली. माझ्या श्रमाचा मोबदला म्हणून त्यांच्या फायद्यातील अर्धा भाग त्यांनी मला देऊ केला आणि मला कोणताही खर्च पडणार नाही अशीही खात्री दिली. ही योजना फार आकर्षक असल्याने मी ती स्वीकारली. माझ्या गैरहजेरीत माझ्या शेतीवाडीची नीट देखरेख व्हावी, अशी मी व्यवस्था केली. सर्व तयारी आटपल्यावर आमचे गलबत या सफरीला निघाले.

दहा दिवसांनी आम्ही विषुववृत्ताची रेषा ओलांडली. त्यानंतर लवकरच आमचे गलबत अशा मोठ्या वादळात सापडले की, सुमारे पंधरा दिवस वारा नेईल तेथे भरकटत जाण्याखेरीज आम्हाला दुसरा उपाय उरला नाही.

वारा जरा कमी झाल्यावर नकाशाकडे पाहता आमचे गलबत वेस्ट इंडीजकडे आले असावे अशी आमची समजूत झाली. वायव्येकडे असणाऱ्या या द्वीप-समूहाकडे आम्ही आमचे गलबत वळवले; परंतु त्या बेटांना जाऊन पोहोचण्याआधीच दुसऱ्या एका वादळाने आम्हाला गाठले. यामुळे आमच्या ठरलेल्या मार्गापासून आम्ही कुठेतरी भरकटतच निघालो.

एके दिवशी सकाळी वारा खूप जोरात वाहात होता. तेवढ्यात पहारेकरी ओरडला, ''ती पहा जमीन !'' हे शब्द ऐकून आम्ही सारे ते दृश्य पहाण्यासाठी भरभर जहाजाच्या तक्तपोशीवरून धावलो. पण तेवढ्यात एक जोराचा धक्का

बसून सारे जहाज गदगदा हलू लागले. आम्ही पाहतो तो वाळूच्या एका ढिगाऱ्यात ते भक्कमपणे रूतून बसले होते. आता मोठमोठ्या लाटा जहाजाला धडका देत, जहाजाच्या कडेवरून आत कोसळू लागल्या. असा प्रकार चालू राहिला तर लवकरच जहाजाचे तुकडे होऊन ते समुद्रात बुडेल असे आम्हाला वाटू लागले.

सुदैवाने आता वारा थोडा कमी झाला होता. आता जहाजावरच्या एखाद्या होडीत बसून किनारा गाठावा असा आम्ही विचार केला. जहाजाच्या मागच्या बाजूला ठेवलेली होडी लाटांच्या तडाख्याने तुटून फुटून गेली होती; पण सुदैवाने आमच्याजवळ असलेली दुसरी होडी मात्र शाबूत होती. ती आम्ही पाण्यात लोटली आणि अकरा लोक त्यात शिरलो. जमेल तितक्या कौशल्याने आम्ही ती लहानशी होडी किनाऱ्याकडे वल्हवत नेऊ लागलो. पण थोडे दूर गेल्यावर एक प्रचंड लाट आमच्या मागून गर्जत, घोंघावत आली. एखादे हलके पीस वाऱ्याने उडावे तशा सहजपणे, त्या लाटेने आमची होडी उचलून पुढे भिरकावून दिली. काय होत आहे हे समजण्याआधीच, एका क्षणातच आम्ही सारे समुद्रात गटांगळ्या खाऊ लागलो !

महाघोर मरणातून सुटलो !

तसा मी चांगला पोहणारा, पण अशा वादळी समुद्रात माझी ताकद कमी पडली. एका मोठ्या लाटेने मला पुढे पुढे ओढून नेले आणि किनाऱ्यावर नेऊन टाकले. माझ्या नाकातोंडात पाणी शिरल्याने मी अर्धमेला झालो होतो. तरीही दुसरी लाट येण्यापूर्वी धडपडत, कसातरी किनाऱ्यावर पुढे पुढे जाऊ लागलो. परंतु माझ्या मागून जोराने येणाऱ्या लाटेपासून बचावणे शक्य नाही हे मला कळले. एक मोठी थोरली, डोंगराएवढी लाट माझ्या दिशेने येत आहे हे मला दिसले. आता त्या लाटेबरोबरच पोहत पोहत किनाऱ्याकडे शक्य तितक्या पुढे जावे असा माझा बेत होता. तेवढ्यात ती लाट माझ्या अंगावर येऊन, मी सुमारे वीस फूट खोल पाण्यात बुडून गेलो. मी माझा श्वास रोखून धरला. आपण जोराने आणि वेगाने पुढे खेचले जात आहोत एवढेच मला कळले. असाच प्रकार पुन्हा अनेकदा झाला आणि शेवटी एका कड्याच्या पायथ्याशी माझे पाय जमिनीला लागले. कसातरी मी त्या खडकाच्या टोकावर चढून गेलो आणि मग संकटातून सुटलो म्हणून मला समाधान वाटले.

माझे बरोबरचे सवंगडी कुठे दिसतात काय, हे पाहण्यासाठी मी सगळीकडे नजर फिरवली, पण त्यांची कोणतीही खूण मला दिसली नाही. शेवटी मी ठरवले की, ते सारे बुडून मेले असावेत. मी तेवढा जिवंत राहिलो यासाठी मी परमेश्वराचे पुन्हा पुन्हा आभार मानले. पण त्याचवेळी माझ्या सवंगड्यांच्या

मृत्यूमुळे माझे मन अगदी उदास झाले. त्यांच्यापैकी एकही माणूस जिवंत राहिलेला दिसत नव्हता. त्यांच्यापैकी चौघांच्या टोप्या आणि दोन विजोड जोडे मात्र मला त्यानंतर दिसले तेवढेच ! ह्यामुळे मी किनाऱ्यावर येरझारा घालीत, हात जोडून देवाची प्रार्थना करू लागलो. देवाने एवढी कृपा करून माझा जीव कसा वाचवला असावा, याबद्दलही विचार माझ्या मनात सारखे येत होते.

असा काही काळ गेल्यावर मी जरा भानावर आलो आणि आता पुढे काय करायचे याचा विचार करू लागलो. मी अगदी भिजून चिंब झालो होतो आणि बदलण्यासाठी कोरडे कपडेही माझ्याजवळ नव्हते. खायला अन्न नव्हते की, प्यायला पाणी नव्हते. जवळच्या एका लहान चाकूशिवाय दुसरे शस्त्रही नव्हते. नाही म्हणायला एका डबीत थोडी तंबाखू तेवढी होती. मला फार तहान लागली होती. जवळपास कुठे पिण्याचे पाणी आढळेल काय, म्हणून मी थोडे अंतर चालून पुढे गेलो. जाता जाता मी एक बळकट काठी कापून घेतली. एखाद्या जंगली जनावराने हल्ला केला तर संरक्षण करण्यासाठी आपल्याजवळ काहीतरी असावे म्हणून मी हा सोटा माझ्याजवळ ठेवला. थोड्याच अंतरावर स्वच्छ पाण्याचा एक झरा मला दिसला आणि मी पोटभर पाणी प्यायलो. त्यानंतर मला पुष्कळच बरे वाटू लागले. आता अंधार पडू लागला होता. त्यामुळे रात्र कुठे काढायची हा एक प्रश्नच होता. शेवटी मी ठरवले की, एखाद्या झाडाच्या फांदीवर बसून रात्र काढणे हेच सर्वात सुरक्षितपणाचे होईल. असे एक झाड दिसल्यावर मी त्यावर चढून बसलो आणि जमेल तशा अवस्थेत, मिळेल तेवढ्या आरामात मी तेथे चांगली झोप काढली.

मला जाग आली तेव्हा उजाडले होते. वादळ शमले होते आणि आभाळ स्वच्छ झाले होते. समुद्राकडे पाहतो तो मला आश्चर्याचा धक्काच बसला. रात्री आमचे जहाज ज्या वाळूत रूतून बसले होते तेथून ते लाटांच्या जोराने उचलले जाऊन कड्याच्या पायथ्याशी येऊन पडले होते. पाण्याखाली असलेल्या खडकावर ते अडकून उभे राहिल्यासारखे दिसत होते.

दुपारनंतर ओहोटी सुरू झाली. कोरड्या वाळूवरून चालत गेलो तर मला त्या जहाजाच्या पाव मैलांच्या टप्प्यात येता येईल असे वाटू लागले.

काही झाले तरी जहाजावर जायचेच असा मी निर्धार केला. कारण बेटावर राहण्यासाठी उपयोगी असे काही सामान जहाजावरच मिळू शकेल अशी माझी खात्री होती. म्हणून कपडे उतरून मी त्या जहाजाकडे पोहत निघालो. मी तेथे पोहोचलो तेव्हा जहाजावर कसे चढायचे, हा प्रश्न पुढे उभा राहिला. जहाजाभोवती पोहून चक्कर मारीत असता जहाजाच्या बाजूने खाली लोंबत असलेला एक दोर मला दिसला. त्याच्या मदतीने मी जहाजाच्या पुढील भागावर चढून गेलो.

तेथे गेल्यावर मला दिसले की, जहाजाच्या तळाशी बरेच पाणी साठले होते. जहाजाची पुढील टोकाची बाजू जवळ जवळ पाण्यात बुडल्यासारखी होती. तर मागील बाजू मात्र पाण्याबाहेर सरळ वर गेली होती. त्या बाजूकडील सर्व सामान अगदी कोरडे होते. जहाजावर असलेले बरेचसे अन्नधान्य समुद्राच्या

पाण्याने भिजले नसून चांगल्या स्थितीत आहे हे पाहिल्यावर मला फार आनंद झाला. आता मला खूप भूक लागली होती, म्हणून मी माझे खिसे बिस्किटांनी भरून घेतले आणि जहाजाची पहाणी करताना ती बिस्किटे खात खात फिरू लागलो.

मला लागणाऱ्या साऱ्या वस्तू किनाऱ्यावर नेण्यासाठी मला एखादी होडी पाहिजे होती, हे स्पष्टच होते. पण ती कुठून मिळणार? इकडे तिकडे पाहता काही डोलकाठ्या, काही फळ्या पडलेल्या दिसल्या. मी त्या दोराने भक्कम बांधून त्यांचा एक तराफा कसातरी तयार केला. बरेच अवजड सामान वाहून नेण्याइतका तो बळकट होता.

त्या तराफ्यावर मी आधी मिळतील तितक्या फळ्या गोळा करून घट्ट बांधून टाकल्या. मग एका मोठ्या पेटीत पाव, तांदूळ, पनीर आणि काही सुकलेले मांस भरून घेतले. सुतारकामाच्या जागेत हत्यारांनी भरलेली एक पेटीच मला सापडली, त्या वेळी मला तिची किंमत सोन्याच्या थैलीपेक्षा अधिक होती, म्हणून मी ती पेटीच उचलून तराफ्यावर ठेवली. यानंतर मला संरक्षणासाठी बंदुका आणि दारूगोळा यांची गरज होती. कप्तानाच्या खोलीत दोन चांगल्या बंदुका, दोन पिस्तुले, गोळ्यांची एक पिशवी, बंदुकीची दारू भरलेले काही डबे, हे सामान मला मिळाले. गंजलेल्या दोन तलवारी देखील मिळाल्या. जहाजात कुठेतरी बंदुकीच्या दारूची तीन पिंपे ठेवली आहेत हे मला माहीत होते. बऱ्याच शोधानंतर मला ती सापडली. त्यांपैकी दोन पिंपे कोरडी होती; पण तिसरे मात्र भिजून निरूपयोगी झाले होते. ती दोन पिंपे, बंदुका, पिस्तुले वगैरे सामान मी तराफ्यावर चढवले.

एका खेपेस नेता येईल तितके सारे सामान आता माझ्या तराफ्यावर भरलेले होते. पण आता हे सारे सामान घेऊन सुखरूपपणे किनारा कसा गाठावा, ह्याचा मी विचार करू लागलो. माझ्या तराफ्याला शीड नव्हते, की सुकाणूही नव्हते. त्यावाचून योग्य दिशेने तो नेणे हे महाकठीण काम होते. एक मोडके वल्हे घेऊन त्याच्या मदतीने मी त्या तराफ्याला दिशा दाखवू लागलो.

एखादी छोटीशी खाडी किनाऱ्यावर दिसली तर माझ्या तराफ्यासाठी तिचा उपयोग बंदरासारखा होईल म्हणून मी पाहणी करू लागलो. काही

वेळाने मला अशी एक छोटीशी खाडी दिसली आणि सुदैवाने भरतीच्या लाटांनी माझा तराफा नेमका त्याच खाडीत वाहून गेला. पण तेथे जात असता तो तराफा वाळूच्या एका ढिगात रूतला आणि मी कितीही खटपट केली तरी तो तेथून निघेना. भरतीच्या लाटा आल्यावरच तो हलण्याची शक्यता होती.

भरतीची लाट पाहत असता, मी खाडीच्या दोन्ही तीरांचे निरीक्षण करीत होतो. माझे सामान उतरवण्यासाठी मला सपाट आणि वाळूच्या किनाऱ्याची जरूर होती. मी पहिल्यांदा ठरवलेली जागा अधिक बारकाईने पाहता अयोग्य ठरली. कारण की, ती इतकी उतरती होती की, तराफ्यावरील सारे मूल्यवान सामान पाण्यातच कोसळून नष्ट झाले असते. खाडीच्या वरच्या भागात मात्र एक सपाट किनाऱ्याचा भाग दिसत होता. भरती आल्यावर तो पाण्याने झाकून जाईल आणि माझा तराफा तेथे अलगद राहील असा मी अंदाज केला; आणि झालेही तसेच.

काही तासांनी भरतीचे पाणी चढू लागले. वाळूवर पाणी बरेच चढल्यावर माझा तराफा मी किनाऱ्यावर आणून एक मोडके वल्हे वाळूत खुपसून त्याला तो तराफा बांधून टाकला. भरतीचे पाणी ओसरेपर्यंत मी तिथेच थांबलो. अशा रीतीने माझा तराफा आणि त्यावरील सर्व सामान घेऊन मी किनाऱ्यावर सहीसलामत येऊन पोहोचलो.

या जागेपासून एक मैलावर एक उंच टेकडी दिसत होती. एक बंदूक घेऊन मी ती चढून गेलो. मी जेथे येऊन पडलो ती जागा आहे तरी कशी हे मला पहायचे होते. टेकडीच्या माथ्यावर जाऊन भोवताली पाहिल्यावर मला दिसून आले की, आपण एका बेटावर येऊन पडलो आहोत. भोवताली अथांग दर्या असून कोठेही जमीन दिसत नव्हती.

आता संध्याकाळ होत आली होती, म्हणून मी लवकर खाली आलो आणि तराफ्यावरील सारे सामान होईल तितक्या लवकर किनाऱ्यावर आणण्याच्या कामाला लागलो. रात्रीचा निवारा म्हणून मी आणलेल्या पेट्या आणि फळ्या कुंपणासारख्या रचून एक प्रकारची झोपडी तयार केली आणि तेथेच रात्र काढली.

दुसरे एखादे वादळ झाले की, आमच्या फुटक्या जहाजाचे तुकडे तुकडे होतील आणि त्यावरील साऱ्याच वस्तू नष्ट होतील याची मला खात्री होती. म्हणून मिळतील त्या वस्तू तेथून घेऊन येण्याचा प्रयत्न करावा असे मी ठरवले. या माझ्या दुसऱ्या भेटीत मी पूर्वीप्रमाणेच जहाजावर चढलो आणि दुसरा तराफाही मी तयार केला. पूर्वीचा अनुभव लक्षात घेऊन हा तराफा बराच हलका केला आणि त्यावर सामानाचा फारसा बोजाही घातला नाही. खिळे, सुतारकामाची हत्यारे, पिस्तुले, दारूगोळा, कपडे, शिडाचे कापड, अंथरूण-पांघरूण, झोपण्यासाठी एक झोळी वगैरे अनेक उपयुक्त वस्तू मी बरोबर घेतल्या.

किनाऱ्यावर पोहोचल्यावर काही लाकडे, वासे आणि शिडाचे कापड घेऊन मी एक छोटा तंबू बनवला. उन्हाने आणि पावसाने खराब होतील अशा साऱ्या रिकाम्या पेट्या तंबूभोवती कुंपणासारख्या गोल रचून ठेवल्या आणि जमिनीवर माझा बिछाना पसरला. झोपताना माझ्याजवळ एक बंदूक ठेवून, डोक्याशी दोन पिस्तुले ठेवली. दिवसभर मेहनत केल्यामुळे मी इतका दमलो होतो, की मला लगेच झोप लागली.

अशा रीतीने रोज ओहोटी झाली, की मी जहाजावर जात असे. हळूहळू जहाजावरील सर्व शिडे आणि दोर मी घेऊन आलो. मी काही जाड लोखंडी दोरदेखील आणले होते. पण माझ्या तराफ्याच्या मानाने ते फारच जड झाले. यामुळे परत येताना तराफा उलटला आणि ते लोखंडी दोर पाण्यात पडले. तरी बरे, की ओहोटी लागल्यावर मला ते दोर एक एक करून परत मिळवता आले.

अशाच एका भेटीत जहाजाच्या एका दुसऱ्याच भागात आणखी काही खाद्य पदार्थ सापडले. त्यांत साखर, पीठ, पाव वगैरे पदार्थ होते.

अशा रीतीने मी बेटावरील पंधरा दिवसांत एकंदरीत अकरा वेळा जहाजाला भेट देऊन आलो. शेवटच्या खेपेस पूर्वी माझ्या नजरेस न आलेले एक छोटेसे कपाट मला दिसले. त्यात तीन वस्तरे, एक मोठी कात्री आणि बारा चांगले काटे आणि सुऱ्या असे सामान सापडले. शिवाय युरोप आणि ब्राझील येथील काही नाणी देखील सापडली. त्यांची किंमत एकूण छत्तीस पौंड एवढी होती. प्रथम मी त्या नाण्यांकडे तुच्छतेने पाहिले, कारण मला येथे त्यांचा काहीच उपयोग नव्हता. परंतु दूरवरचा विचार करून मी ती नाणी घेतली.

आता मला लागणाऱ्या बहुतेक सर्व वस्तू मी जहाजातून काढून घेतल्या होत्या. त्यापुढील प्रश्न म्हणजे बेटावर कुठे रहावे हाच होय. मी ठोकलेला तंबू समुद्राजवळील सखल भागावर होता. तेथे राहणे फारसे आरोग्यदायक होईल असे मला वाटेना. म्हणून तेथून बिऱ्हाड हलवावे असा मी विचार करू लागलो.

माझ्या घरासाठी योग्य जागा शोधताना मला चार मुद्दे ध्यानात ठेवायचे होते. पहिला म्हणजे जेथे रहायचे ती जागा निरोगी असली पाहिजे आणि तिच्या जवळपास पिण्याच्या पाण्याची सोय असली पाहिजे. दुसरा म्हणजे तिथे उन्हापासून निवारा असला पाहिजे. तिसरी गोष्ट म्हणजे तिथे जंगली लोक किंवा जंगली जनावरांच्या हल्ल्यापासून मला सुरक्षित राहता आले पाहिजे. अखेरची आणि सर्वांत महत्त्वाची गोष्ट म्हणजे मला तेथून समुद्रकिनारा स्पष्ट दिसला पाहिजे. कारण, एखादे जहाज सुदैवाने बेटाजवळ आले तर ते माझ्या दृष्टीआड असू नये.

'असावे घर ते आपुले छान !'

...आणि अखेरीस मनाजोगती जागा मला सापडली. ती एका टेकडीच्या उतरणीवरील थोडी सपाट जागा होती. त्या टेकडीचा कडा इतका उभा होता की, वरून कोणी हल्ला करील अशी भीतीच नव्हती. ही सपाट जमीन सुमारे सहाशे फूट लांब आणि तीनशे फूट रूंद अशी होती. समुद्राकडील बाजू उतरती होत किनाऱ्याकडे गेली होती. टेकडीच्या बाजूमुळे संध्याकाळपर्यंत ती जागा उन्हापासून निवाऱ्यासाठी राहत असे.

येथे माझा तंबू ठोकण्यापूर्वी मी टेकडीकडे पाठ करून आणि समुद्राकडे तोंड करून उभा राहिलो. त्यानंतर दहा पावले पुढे जाऊन तिथे एक खूण केली. नंतर मागे दहा पावले डावीकडे जाऊन आणि नंतर दहा पावले उजवीकडे जाऊन तिसरी खूण केली. ह्या तीन खुणा एका दोरीने जोडून अर्धवर्तुळ तयार केले. वर्तुळाच्या त्या कडेने मजबूत अशी टोकदार दांडकी ठोकून कुंपणाच्या दोन रांगा तयार केल्या. या दांडक्यांची टोके जमिनीपासून पाच फूट उंचावर असून त्यांना चांगली बारीक टोके केलेली होती. त्यानंतर जहाजावरून आणलेले लोखंडी साखळी घेऊन ते या दोन रांगांच्या मध्ये मी गुंडाळली आणि सारे खांब मजबूत केले. शेवटी काही दांडकी कापून ती या खांबांना आधार म्हणून (तीर) तिरकसपणे जमिनीवर ठोकली. यामुळे कुंपण आता इतके भक्कम झाले होते की, कोणीही माणूस किंवा जनावर त्यातून आत येईल हे शक्यच नव्हते. माझ्या तंबूच्या मागे एक कडाच असल्याने ते एक नैसर्गिक संरक्षणच होते.

या कुंपणाच्या आत जाण्यासाठी मी दरवाजा केलाच नाही. कुंपण ओलांडून आत जाण्यासाठी मी एक छोटी शिडी बनवली. एकदा आत गेल्यावर मी ती माझ्याबरोबर उचलून नेत असे. त्यामुळे या कुंपणाच्या आत मी एखाद्या तटबंदीच्या आत असल्याप्रमाणे सुरक्षित होतो. हळूहळू माझा सारा दारूगोळा, अन्नधान्य आणि साधनसामग्री मी तंबूत आणून ठेवली. कितीही जोराचा पाऊस आला तरी भिजू नये म्हणून शिडाच्या कॅनव्हासचा एक मोठा तंबू या तंबूच्यावर उभारला. रात्री झोपण्यासाठी मी एका झुल्याचा उपयोग करीत असे. जहाजाच्या एका अधिकाऱ्याचा हा झुला होता.

एके रात्री जोराचे वादळ झाले आणि विजा लवू लागल्या. अशी वीज पडली तर माझा सारा दारूगोळा एका क्षणात नाहीसा होईल याची मला भीती वाटू लागली. म्हणून मी तो सारा दारूगोळा छोट्या छोट्या पिशव्यांत आणि पेट्यांत भरून त्या साऱ्या दूर, दूर टेकडीच्या कपारीत, गुहांत सुरक्षित ठेवल्या.

हे काम आटोपल्यावर मी रोज बंदूक घेऊन बाहेर फिरण्यासाठी आणि पाहणी करण्यासाठी जात असे. मला लवकरच आढळून आले की, बेटावर शेळ्या वगैरे प्राणी आहेत. पण ते इतके बुजरे आणि चपळ होते की, त्यांची शिकार करणे फार कठीण काम होते. तरीही माझ्या लक्षात आले की, जर त्या शेळ्या एखाद्या दरीत चरत असल्या आणि मी एखाद्या उंच खडकावर उभा असलो, तर त्या चटकन पळून जात नसत. हे समजल्यावर मी नेहमी टेकडीवरील खडक चढून वर जाऊ लागलो. मी प्रथम गोळी झाडली तेव्हा एक शेळी ठार झाली आणि तिचे कोकरू तिच्याजवळ उभे होते. मी त्याला माझ्या खांद्यावरून घरी नेले आणि त्याला पाळण्याचा यत्न केला. परंतु दुर्दैवाने मी दिलेले काही एक ते खाईना. म्हणून अखेर मला त्यालाही ठार मारावे लागले. या दोन प्राण्यांनी मला कैक दिवस ताजे मांस पुरवले.

अशा रीतीने माझा जीवनक्रम तर सुरळीत चालू झाला. पण मला आता जाणीव झाली, की एखादी दिनदर्शिका (पंचांग) असल्याखेरीज मला काळाचे भानच रहाणार नाही. यासाठी काहीतरी व्यवस्था करणे जरूर होते. म्हणून मी लाकडाचा एक क्रॉस करून तो समुद्रकिनाऱ्यावर (मी जेथे किनाऱ्याला लागलो तेथे) रोवून ठेवला. त्याच्या आडव्या हातावर मी पुढील शब्द कोरून ठेवले.

"३० सप्टेंबर १६५९ रोजी मी, रॉबिन्सन क्रूसो ह्या किनाऱ्यावर येऊन उतरलो." यानंतर उभ्या खांबावर एक लहानशी रेघ चाकूने मी कोरून ठेवीत असे. सातव्या दिवसाची रेघ इतर रेघेपेक्षा अधिक लांब आणि महिन्याच्या पहिल्या दिवसाची रेघ त्याच्यापेक्षाही दुप्पट लांब अशी कोरीत असे. अशा रीतीने जाणाऱ्या दिवसांची नोंद मी बिनचूक ठेवू लागलो.

जहाजावरून मी अनेक वस्तू आणून तशाच बांधून ठेवल्या होत्या. फुरसतीने त्या सोडून पाहता त्यात कागद, शाई, लेखण्या यांचा बराच साठा सापडला. होकायंत्र, नकाशे वगैरे नौकानयनाचे बरेच सामान मी आणले होते. माझ्याबरोबर घेतलेल्या मालात तीन चांगल्या बायबलच्या प्रती होत्या आणि सांगायचे म्हणजे जहाजावरची दोन मांजरे आणि एक कुत्रा यांनाही मी वाचवले होते. दोन मांजरे मी तराफ्यावरून आणली आणि कुत्रा पोहत पोहत बरोबर आला. बेटावरील एकलकोंड्या जीवनात हेच माझे सवंगडी होते.

योग्य अशी हत्यारे जवळ नसल्याने मला करायची सारी कामे फार हळूहळू कशीबशी होत असत. मला पाहिजे तशी घराची व्यवस्था लावण्यातच जवळ जवळ एक वर्ष उलटून गेले. कुंपणाचे काम पूर्ण केल्यावर माझ्यासाठी एक टेबल व खुर्ची बनवण्याच्या उद्योगाला मी लागलो.

ते काम आटपल्यावर मी काही मांडण्या (शेल्फ्स) तयार केली. त्यावर माझ्या साऱ्या वस्तू मी नीटपणे मांडून ठेवल्या. खुंट्यांवर बंदुकाही टांगून ठेवल्या. ही सारी कामे संपल्यावर मी भोवताली पाहिले तर मला जरुरीच्या अशा कितीतरी वस्तू माझ्याजवळ आहेत आणि त्याही किती नीटनेटकेपणाने मांडून ठेवल्या आहेत हे पाहून मला समाधान वाटत असे.

रोज रोज मी काय काम करीत असे, त्याची रोजनिशी मी आता ठेवू लागलो. माझ्याजवळ मेणबत्त्या नसल्याने अंधार पडला की, मला अंथरुणावर पडावे लागे आणि रोजनिशी लिहिणे कठीण जाई. तरीही मनाच्या समाधानासाठी म्हणून माझ्या जीवनातील जमेच्या (सुखाच्या) आणि खर्चाच्या (दु:खाच्या) बाबीही मी लिहून ठेवल्या.

काही काळानंतर माझ्या ध्यानात आले की, मी मारलेल्या शेळ्या, बकऱ्यांची चरबी जपून ठेवल्यास तिचा दिव्यासारखा उपयोग करता येईल.

एखाद्या दोरीची वात केली म्हणजे झाले. तसे केल्यावर रात्री रोजनिशी लिहिण्याइतका उजेड मला त्या पणतीतून मिळू लागला. पण मेणबत्तीचे प्रसन्न तेज त्यात नव्हते हे निराळे.

एके दिवशी मी काहीतरी धुंडाळीत असता, एक लहान पिशवी माझ्या हाती लागली. आमच्या सफरीत आम्ही काही कोंबड्या बरोबर घेतल्या होत्या. त्यांच्यासाठी घेतलेले थोडे धान्य या पिशवीत ठेवले होते. त्यातले बरेचसे धान्य उंदरांनी खाऊन फस्त केले होते; पण थोडेसे तळाशी शिल्लक होते. कुंपणाच्या बाहेरच्या गवतावर मी ती पिशवी झटकून मोकळी केली होती, त्यावेळी पावसाळ्याला नुकतीच सुरुवात झाली होती. एक महिन्यानंतर त्या जागी जमिनीतून काही हिरवे कोंब वर आलेले दिसले. काही दिवसांनी पाहतो तो ती जवाची रोपे निघाली. लोंब्या पिकून त्यांतून जवाचे दाणे तयार झाले. ते मी जपून ठेवले. पुढल्या वर्षी त्यांची लागवड करावी अशी योजना केली. पुढे सापडलेल्या काही तांदूळाच्या दाण्यांची तशीच पेरणी केली. काही वर्षांत मजजवळ जव, तांदूळ यांच्या भाकऱ्या–पोळ्या करण्याइतपत अन्नधान्याचा साठा जमू लागला.

अज्ञाताचा शोध

१५ जून रोजी मला बेटावर येऊन दहा महिने झाले होते. त्यापूर्वी माझी बरीच कामे आटोपली होती. घर तयार झाले, भिंत बांधून झाली, खडकात गुहा कोरून झाल्या. त्यातच मध्येच भूकंपाचा मोठा धक्काही बसल्यामुळे मी बराच हादरलो. त्यानंतर गुहेला बरेच आधार देऊन शक्य तितकी सुरक्षितता आणली.

वाळूत रूतलेले जहाज भूकंपानंतर बरेच वर आले होते आणि ते लवकरच पूर्णपणे फुटून जाण्याच्या स्थितीत होते. म्हणून त्यातून आणता येतील ते सारे लाकूड, फळ्या, लोखंडी सामान वगैरे मी घेऊन येऊ लागलो. पावसाळ्यात हिवतापाचा जोराचा हल्ला माझ्यावर झाला. त्यामुळे मी बराच अशक्त झालो. प्रकृती सुधारल्यानंतर मात्र बेटाच्या पाहणीचे काम हाती घेण्याचा मी निश्चय केला. प्रथमत: जिथे मी माझा तराफा किनाऱ्याला लावला त्या जागेकडे गेलो आणि तिथून नदीच्या काठाने आतल्या भागाचा प्रवास सुरू केला. दुसऱ्या दिवशी आणखी पुढे गेल्यावर एक दाट जंगल लागले. तेथे अनेक प्रकारची फळे लागली होती. द्राक्षे, कलिंगडे, लिंबू वगैरे फळे जंगली अवस्थेत होती. द्राक्षे उन्हात वाळवून त्यांचा उपयोग पुढे केव्हाही करता येण्यासाठी ती तोडून माझ्या बरोबर घेतली.

त्या रात्री घरी परत न येता, मी पूर्वीप्रमाणे एका झाडावरच ती रात्र काढली. दुसऱ्या दिवशी सकाळी सुमारे चार मैल पुढे गेल्यावर मला एक

अत्यंत सुंदर दरी लागली. तेथे एक ओढा होता आणि भोवतालचा सारा प्रदेश इतका हिरवागार आणि सुंदर होता की, जणू काही कोणीतरी मुद्दाम योजना करून लावलेली ही एखादी बाग असावी असे वाटत होते.

मला ही जागा इतकी आवडली, की जुलै महिन्यात मी येथे अनेकदा परत आलो. येथेच कायमचा मुक्काम करावा असेही मला अनेकदा वाटे. पण शेवटी मी तो विचार रद्द केला; कारण ही दरी किनाऱ्यापासून फार दूर होती. त्याऐवजी मी ठरवले की, आपण इथे एक छोटीशी झोपडी बांधून ठेवली म्हणजे वाटेल तेव्हा मधून मधून आपल्याला इथे येऊन राहता येईल. असा विचार करून, माझ्या पहिल्या घराच्या नमुन्याबरहुकूम एक छोटे घर बांधायला मी सुरुवात केली. या घराभोवतीही एक उंच कुंपण असून शिडीच्या मदतीने त्यात प्रवेश करता येई.

ऑगस्ट महिन्यात हे काम पुरे झाले. ह्या आधी मी गोळा केलेली सारी द्राक्षे आता चांगली वाळली होती, म्हणून ज्या झाडावर ती टांगून ठेवली होती तेथून ती सारी खाली काढून घेतली. माझ्या पहिल्या घरी परत जाताना मी त्या मनुका माझ्याबरोबर नेल्या, हे फार बरे केले. कारण यानंतर जो पाऊस सुरू झाला तो थेट ऑक्टोबर महिन्याच्या मध्यापर्यंत चालू राहिला. या पावसाचा जोर इतका होता की, कधी कधी मला एकेक दिवस घरातून बाहेर पडता येत नसे.

अखेर एकदाचा हा पाऊस संपला आणि हवा स्वच्छ झाली. त्यानंतर पुन्हा एकदा नदीच्या काठाकाठाने मी प्रवास केला. दरीतील घरात साऱ्या वस्तू जिथल्या तिथे होत्या. मी कुंपणाचे जे डांब जमिनीत पुरले होते. त्यांना सगळीकडे हिरव्या, बारीक फांद्या फुटल्या होत्या. पुढे त्यांची छाटणी केल्यावर माझ्या नव्या घराभोवती एक उंच हिरवे कुंपण आपोआप तयार झाले. यापैकी काही दांडकी कापून मी ती माझ्या पहिल्या घरी नेण्याचे ठरवले. त्या घराभोवती असेच कुंपण करता येईल की काय हे मला पहायचे होते. या झाडांच्या कोवळ्या लवचिक शाखा घेऊन त्यांच्या टोपल्या बनवण्याचा उद्योगही मी करून पाहिला. या पहिल्या टोपल्या अगदी ओबडधोबड होत्या हे खरे, पण काही दिवसांनी मात्र सामान ठेवण्यास चांगला उपयोग होईल अशा टोपल्या मला करता येऊ लागल्या.

या बेटाची दुसरी बाजू कशी आहे ते पाहण्याची माझी फार उत्सुकता होती. म्हणून एके दिवशी मी माझ्याबरोबर एक बंदूक, एक कुऱ्हाड, माझा कुत्रा आणि पुरेसे खाद्यपदार्थ बरोबर घेऊन या प्रवासास निघालो.

किनाऱ्यावरून पुढे गेल्यावर मला दिसले की, सुमारे वीस मैल अंतरावर समुद्रात आणखी एक बेट आहे. तसेच पुढे जाऊन बेटाच्या मागील किनाऱ्यावर पोहोचल्यावर मला निश्चितपणे वाटू लागले की, राहण्यासाठी हीच बाजू अधिक चांगली होती. किनाऱ्यावर खूपशी कासवे दिसली आणि झाडीत अनेक प्रकारचे पक्षीही आढळले. ह्या बाजूला शेळ्या-बकऱ्यांचे प्रमाण अधिक होते. पण येथील जमीन सपाट असल्याने त्यांना गोळी घालणे अधिक कठीण होते. अशा रीतीने सुमारे बारा मैलांचा फेरा करून मी परत फिरलो. येथे एक उंच बांबू खुणेसाठी उभा करून तेथून बेटाला प्रदक्षिणा करण्याचा माझा विचार होता. हा सारा प्रवास आटपून मी पुन्हा माझ्या जुन्या घरी परत आलो. ते घर पाहून मला फार बरे वाटले शेवटी घर ते घरच !

अशा रीतीने या बेटावर मी दोन वर्षे काढली. पण त्यात माझ्या सुटकेसाठी येणाऱ्या कोणाही माणसाचा पत्ता नव्हता. आहे तोच जीवनक्रम चालू ठेवणे मला भाग होते. पावसाळा संपला होता, सुगी आली, जव आणि तांदूळ यांचे चांगले पीक येईल अशी मला आशा होती. पण त्या पूर्वी मला दोन संकटांना तोंड द्यावे लागले. सशासारखे काही प्राणी माझ्या शेतात घुसून कोवळी रोपे खाऊ लागले होते. त्यांनी सारेच फस्त केले असते पण मी पिकाभोवती कुंपण घालून शेतात माझा कुत्रा बांधून ठेवला. त्यामुळे हे ससे आत येईनात. पण एक संकट संपल्याबरोबर दुसरे पुढे उभे राहिले. पक्ष्यांचे थवेच्या थवे येऊन पीक तयार होण्याआधीच त्यावर धाड घालू लागले. त्यांचा सामना करणे सशाच्या शिकारीपेक्षा कठीण होते. कारण की, बंदूक झाडली म्हणजे ते तेवढ्यापुरते दूर जात, पण माझी पाठ वळली की पुन्हा सारे परत येऊन शेतावर धाड घालीत. तेव्हा मी ठरवले, की मारलेले पक्षी शेतात बांबू ठोकून, त्यावर टांगून ठेवावे म्हणजे भीतीने पक्षी दूर राहतील आणि काय आश्चर्य ! खरोखरच पुन्हा या पाखरांचा कधीच त्रास झाला नाही.

अशा रीतीने डिसेंबरअखेर मी पिकांची कापणी आणि मळणी केली तेव्हा दिसले, की दोन पोती तांदूळ आणि अडीच पोती जव एवढे माझ्या शेतीचे उत्पन्न मला मिळाले होते. यामुळे मला फार समाधान वाटले.

पावसाळ्यात घरबसल्या मी अनेक प्रयोग केले. त्यांतला एक म्हणजे धान्य आणि पाणी साठवण्यासाठी गाडगी-मडकी करून पाहणे. मला वाटले की, जरूर तेवढी चिकणमाती मिळाली, की मला सहज अशी मडकी करता येतील. ती भाजून काढली म्हणजे वापरण्याइतकी टणक होतील. पण कामाला लागल्यावर दिसून आले की, हे काम आपल्याला वाटते तितके सोपे नाही. पहिल्यांदा तर माझी सारी मडकी मोडूनच पडत. कारण स्वतःचा भार झेपण्याइतका जोर त्या मातीत नव्हता. दुसरी कित्येक उन्हात फार वेळ ठेवल्याने तडकली, तरी दोन महिने खटपट केल्यावर मी दोन मोठे रांजण बनवले. ते आकाराने अगदी विचित्र आणि ओबड-धोबड होते. पण धान्य साठवण्यासाठी मला त्यांचा उपयोग करता आला.

पण दुसरी अडचण म्हणजे या मडक्यांत पाणी राहत नसे. या प्रश्नावर मी खूप विचार केला. पण त्याचे उत्तर केवळ योगायोगानेच सापडले. त्याचे असे झाले – एके दिवशी स्वयंपाकासाठी मी विस्तव पेटवला होता. स्वयंपाक संपल्यावर मला दिसले की निखाऱ्यात पडलेला एक तुकडा भाजल्याने लाल आणि दगडासारखा टणक झाला आहे. हे दिसल्यावर मडकी भाजण्यासाठी भट्टी कशी तयार करावी याचा मी विचार करू लागलो.

पुढच्या खेपेस काही मडकी केल्यावर त्यांच्याभोवती सर्व बाजूंनी मी विस्तव पेटवला. ती मडकी लाल होईपर्यंत या विस्तवावर पुन्हा पुन्हा लाकडे टाकीत गेलो. पाच तास या विस्तवात ती मडकी ठेवून नंतर तो विस्तव हळूहळू कमी केला. तो एकदम विझून जाऊ नये म्हणून मला रात्रभर पहारा करीत बसावे लागले. पण या साऱ्या खटपटीनंतर सकाळी आढळले की, या भट्टीतून काही छानशी स्वयंपाकाजोगती भांडी तयार झाली होती. ती दिसायला सुंदर नव्हती एवढेच. ही भांडी पाहून मला इतका आनंद झाला, की त्यांची चाचणी घेण्यासाठी ती थंड होईपर्यंत थांबण्याचाही मला दम निघेना. ती थंड झाल्यावर एका मडक्यात पाणी भरून ते मी उकळण्यास ठेवले. ते भांडे गळत नाही हे पाहिल्यावर त्यात काही मांस टाकून मी छानसा रस्सा बनवला.

माझ्याजवळ बरेच धान्य साचल्याने आता चांगला पाव भाजण्याचा प्रयत्न करण्याचे मी ठरवले. पीठ करण्यासाठी मला उखळ-मुसळ हवे होते. पाहिजे तेवढा कठीण दगड न मिळाल्याने कठीण लाकडाचेच मी उखळ केले. मधला भाग जाळून एक खळगा केला आणि तशाच कठीण लाकडाचे मुसळ तयार करून धान्याचे पीठ केले. त्यातून 'कोंडा कसा काढावा?' हा पुढचा प्रश्न होता. जहाजावरून आणलेल्या कपड्यांतील एक कापड ताणून तेच मी चाळणीसारखे वापरू लागलो.

बारीक पीठ मिळाले खरे पण पाव भाजण्यासाठी भट्टी कुठे होती? ती मी अशी बनवली. प्रथम मी भाजलेली कौले वापरून विस्तवाची जागा तयार केली. त्यावर विस्तव पेटवून ती कौले खूप लालभडक केली. नंतर तो विस्तव काढून टाकून पिठाचे गोळे त्यांच्यावर पसरले आणि मडक्यासारखे

भाजलेले एक लांब, रुंद, उंच झाकण त्याच्यावर बसवले. नंतर या झाकणाभोवतालीही चांगले रसरशीत निखारे रचले. या नंतर मला आढळून आले की, आतील पाव उत्तम प्रकारे भाजून तयार होतो. अशा रीतीने मी मनाजोगते पावच काय, केकदेखील सवयीने तयार करू लागलो.

हले डुले ही नौका !

आता माझे कपडे फाटून त्यांच्या चिंध्या लोंबू लागल्या होत्या. सामानात काही सदरे होते. पण विजारी, अंगरखे यांची वानवा होती. तेव्हा आता कुंभार व भटारी झाल्यावर, शिंपी होण्याची माझी पाळी आली. मी ठार मारलेल्या कैक शेळ्यांची कातडी माझ्याजवळ पडून राहिली होती. ती नीट वाळवून, साफ करून मी त्यातून पहिल्यांदा एक शिप्तरी टोपी बनवली. हे कपडे नीट मनाजोगते झाले नव्हते हे खरे, पण ते मला पावसाळ्यात कोरडे व उन्हाळ्यात गार ठेवीत, यातच मला समाधान होते. यानंतर एखादी छत्री बनवण्यात मी बराच वेळ घालवला आणि बरीच खटपटही केली. या छत्र्या कशा करतात हे मी ब्राझीलमध्ये पाहिले होते. तरीही यश मिळण्यापूर्वी मला अनेक प्रयत्न करावे लागले. एकदा उघडल्यानंतर ती छत्री पुन्हा कशी मिटेल हाच मुख्य प्रश्न होता. अखेर लांब दांड्यावरून खाली उतरेल असा लाकडी दांड्याचा सांगाडा मी तयार केला आणि त्याच्यावर शेळीचे कातडे बसवले. यानंतर मला पावसातच नव्हे तर भर उन्हातदेखील आरामात बाहेर फिरता येऊ लागले.

मी या सर्व गोष्टी करीत होतो खरा, तरीही या बेटावरून निसटून जाण्याचा विचार माझ्या मनातून कधीही जात नव्हता. मला पुन्हा पुन्हा वाटे की, माझा नोकर सुरी आणि शिडाची माझी मासेमारीची होडी माझ्याजवळ असती तर किती बरे झाले असते ! त्या होडीतून आफ्रिकेच्या किनाऱ्या-किनाऱ्याने मी

सुमारे हजार मैलांची सफर केली होती. या विचारावरून मला आठवण झाली की, आमच्या जहाजाची एक होडी या बेटाच्या पलीकडील किनाऱ्यावर येऊन पडली होती. आपण तेथे जाऊन ती होडी नीट तपासून पाहावी आणि शक्य असल्यास ती दुरुस्त करावी असा मी विचार केला. तसे केल्यावर मला आढळले की, वादळात ती जशी वाळूत पडली होती तशीच ती अजून तेथेच होती. ती पार उलटी झाली होती आणि तिच्या एका बाजूला एक मोठे भोक पडले होते. तिचा पुन्हा उपयोग करता येणार नाही, असे मला लवकरच कळून आले.

यामुळे एखाद्या मोठ्या झाडाच्या बुंध्यातून एक नवी होडी तयार करावी या योजनेकडे मी माझे लक्ष वळवले. अशी होडी करण्याची माझी इच्छा इतकी तीव्र होती की, पुढे येणाऱ्या अडचणींचा मी विचारच केला नाही. या होडीचा नकाशा नीटपणे प्रत्यक्षात उतरणार नाही अथवा ही होडी तयार झाली तरी समुद्रात कशी लोटता येईल वगैरे व्यावहारिक प्रश्नाबद्दल मी विचारच केला नव्हता !

सुमारे सहा फूट व्यासाचा बुंधा असलेले एक मोठे सीडार जातीचे झाड मी शोधून काढले. माझ्याजवळ असलेल्या साध्या हत्यारांनी ते तोडून त्याच्या साऱ्या फांद्या छाटून टाकण्यात माझा फार वेळ गेला. हे दगदगीचे काम आटपल्यावरदेखील त्या बुंध्याला होडीसारखा आकार देण्याचे काम शिल्लक राहिले होतेच. कैक आठवड्यांपर्यंत मेहनत केल्यावर एकदाची ती होडी तयार झाली. मी स्वत: आणि माझे सारे सामान मावण्याइतपत ती मोठी होती.

पण आता ती होडी पाण्यात कशी लोटायची, हा अवघड प्रश्न उभा राहिला होता. मी ही होडी जेथे तयार केली, तेथून समुद्र सुमारे शंभर वाराच्या अंतरावर होता. माझी योजना अशी होती, की येथून समुद्रापर्यंत वाळू खणून, समुद्राचे पाणी त्या होडीपर्यंत न्यावे आणि मग ती होडी आपोआपच पाण्यावर तरंगू लागेल. या हिशेबाप्रमाणे सहा हात रूंद आणि चार हात खोल असा कालवा खणण्यास मी सुरुवात केली. हे काम फार दिरंगाईचे होते. तरी त्यासाठी लागणारा वेळ आणि मेहनत यात मी कुचराई केली नाही. कारण आता समुद्रावर सफर करण्याजोगती होडी माझ्या हातात आली होती. अखेर माझा कालवा खणून झाला आणि माझी होडी समुद्रावर डोलू लागली.

मग मोठ्या हुरुपाने मी एक डोलकाठी तयार करून माझ्या जवळील शिडांचे एक शीड त्यावर बसवले. यामुळे माझी होडी वाऱ्यात चांगली फिरू लागली. लांबच्या प्रवासासाठी पुरेसे अन्न नेण्यासाठी मी काही पेट्यादेखील होडीच्या बाजूंना बसवून टाकल्या. होडीच्या मागच्या टोकाला मी माझी छत्री बसवली. यामुळे होडीचे सुकाणू घेऊन बसल्यावर मला उन्हापासून निवारा मिळू लागला. जवळच हाताशी येईल, पण पाण्याने मात्र भिजणार नाही अशी जागा माझ्या बंदुकीसाठीदेखील तयार केली. अशा रीतीने जरुरीच्या सर्व वस्तू होडीत आणून ठेवल्यावर माझ्या बेटाभोवती समुद्रप्रदक्षिणा करण्याचा मी निश्चय केला. सहा नोव्हेंबर रोजी बरोबर पुरेसे अन्न घेऊन मी या प्रवासाला निघालो. माझ्या अपेक्षेपेक्षा मला बऱ्याच दूरवरून जावे लागले, कारण पूर्वेकडील टोकाशी बरेच दूरवर गेलेले खडक लागले. त्यांना वळसा घालून

पलीकडे गेल्यावर मात्र अगदी शांत पाण्याचे एक आखात लागले. माझी होडी किनाऱ्याजवळ आणून ती मी एका झाडाला बांधून टाकली आणि त्या झाडाच्या फांद्यांवर रात्र काढली.

बेटावर फिरत असता माझी होडी सुरक्षितपणे नांगरून ठेवता येईल अशी जागा मला हवी होती. अगदी तशीच छोट्या गोदीप्रमाणे असलेली एक जागा मला जवळच सापडली. जणू काही, माझ्या होडीसाठीच ती तयार केली असावी. अशा या सोईस्कर जागी मी ती होडी ठेवून माझ्या प्रवासास निघालो.

किनाऱ्यावर गेल्यावर मला दिसले, की पूर्वीच्या प्रवासात मी वाळूत जो वासा पुरून उभा केला होता, त्या जागेच्या अगदी जवळ मी येऊन पोहोचलो होतो. म्हणजे दरीतल्या माझ्या नव्या घराजवळच मी आलो होतो. मी तेथे गेलो तेव्हा सारे काही जेथल्या तेथे आहे, असे पाहून मला आनंद झाला. कुंपणावरून चढून मी घरात गेलो आणि लवकरच माझी उत्तम व्यवस्था लागली.

येथे तीन दिवस मुक्काम करून मी जमिनीवरूनच माझ्या पहिल्या घरी गेलो. माझी होडी मी त्या छोट्या बंदरातच नांगरून ठेवली. कारण बेटाला वळसा घालून समुद्रमार्गे जाण्यापूर्वी त्या बाजूच्या भरती–ओहोटी वगैरेची निश्चित माहिती मला असणे जरूर होते. शिवाय तांदूळ आणि जव यांची पिके पक्ष्यांनी किंवा सशांनी खाऊन टाकू नयेत, यासाठी शक्य तितक्या लवकरच घरी परत जाण्याची मला घाई होती.

या नंतर काही दिवसांनी समुद्रात दूरवर पसरलेल्या खडकावरून मी फिरावयास गेलो होतो. फिरत असताना इतरांना मी कसा विचित्र दिसत असेन असा विचार माझ्या मनात आला, कारण आतापर्यंत माझे सगळे कपडे फाटून गेले होते. सध्या माझ्या अंगावर असलेले सर्व कपडे मीच बनवलेले होते. माझ्या डोक्यावर असलेली टोपी शेळीच्या कातड्याची असून तिला कसलाच आकार नव्हता. तिच्या मागील बाजूस एक किनार असून ती माझ्या मानेवरून लोंबत असे आणि ऊन, पाऊस या दोन्हींपासून माझे संरक्षण करीत असे. माझा कातडी अंगरखा माझ्या कंबरेच्याही खाली पोहोचण्याइतका लांब होता. गुडघ्यापर्यंत येणारी कातड्याचीच विजार मी घालीत असे. मोजे किंवा

बूट यांपैकी माझ्याजवळ काहीच नव्हते. माझ्या कंबरेभोवती पट्टा असून त्याला लावलेल्या दोन वेटोळ्यांतून एक कुऱ्हाड आणि एक करवत मी अडकवून ठेवीत असे. खांद्यावरून खाली येणाऱ्या अरूंद पट्ट्यात दोन खिसे असून त्यात बंदुकीची दारू आणि बंदुकीच्या गोळ्या ठेवलेल्या असत. खांद्यावर बंदूक, पाठीशी एक टोपली आणि डोक्यावर बकऱ्याच्या कातड्याची मोठी छत्री असा माझा थाट असे.

या थाटातच मी घरापासून सहा दिवस दूर राहून बेटाच्या दुसऱ्या टोकापर्यंत प्रवास केला. तेथे येऊन पोहोचल्यावर मला दिसले की, तेथील समुद्र अगदी शांत आहे. म्हणजे भरतीची वेळ बरोबर साधली तर माझी होडी घेऊन माझ्या जुन्या घरी परत येण्यास काही अडचण राहणार नव्हती.

काय हो चमत्कार !

एके दिवशी दुपारी मी समुद्रकिनाऱ्यावर फिरत असताना मला एक चमत्कारिक गोष्ट आढळली. तेथील वाळूत एका उघड्या पायाचा ठसा पाहून मी अगदी घाबरून गेलो. अंगावर जणू काय वीज पडावी असा मी अगदी जागेला खिळून काही काळ स्तब्ध उभा राहिलो. मी भोवताली निरखून पाहिले, कानोसा घेतला पण मला काहीही दिसले नाही, की ऐकू आले नाही. अधिक दूरवर पाहण्यासाठी मी एका लहान टेकडीवर चढून गेलो. किनाऱ्यावरही बराच लांबवर फिरून आलो. पण कोठेही पावलाचा दुसरा ठसा दिसला नाही. मग हाच ठसा तेथे कसा आला असावा हे मला कळेना, आणि कल्पनाही करवेना.

मी घरी परतलो तो दर दोन–तीन पावलांनी थबकत थबकत आणि मागे पाहत पाहत मला असा भास होई की, पलीकडे दिसणारा झाडाचा प्रत्येक बुंधा म्हणजे माझ्यासाठी टपून बसलेला एखादा जंगली माणूसच असावा. आपण काय पाहिले ह्याचाच पुन्हा पुन्हा विचार करण्यात मी इतका गुंग झालो की, त्या रात्री मला झोपही येईना. ते पाऊल तेथे कसे उमटले असावे ? या बेटापाशी कोणते जहाज येऊन गेले असावे हेच विचार माझ्या मनात थैमान घालू लागले.

अखेर माझ्या मनाशी मी काही ठोकताळे बसवले. ते असे, की मुख्य भूमीवरील काही जंगली लोक वादळात सापडून आपल्या होड्यांतून या

बेटावर आले असावेत आणि ते तसेच परत गेले असावेत. मी त्यांच्या दृष्टीला पडलो नाही, यामुळे मला समाधान वाटले, पण थोड्याच वेळाने मला पुन्हा धास्ती वाटू लागली की, आपले घर तर या जंगली लोकांच्या नजरेस पडले नसेल ना ? येथे कोणीतरी राहत आहे असा त्या लोकांना संशय आला तर ते निश्चितपणे मोठ्या संख्येने येथे परत येतील आणि घर उद्ध्वस्त करून माझी गुरेढोरे पळवून नेतील.

यासाठी मी दोन गोष्टी करण्याचे ठरवले. पहिली म्हणजे माझ्या घराचा बंदोबस्त अधिक मजबूत करणे. पहिल्या भिंतीच्या पलीकडे आणखी एक भिंत बांधून हे करता येणारे होते. दुसरी गोष्ट म्हणजे माझ्या शेळ्या-मेंढ्या एखाद्या सुरक्षित जागी नेऊन ठेवणे ही होय.

माझ्याजवळ असलेली सर्व लाकडे, लोखंडी तारा वगैरे वापरून मी दुसरी लाकडी भिंत उभारली. ह्या भिंतीच्या मागे खूपशी माती टाकून तेथे एक उंच चौफेर चबुतरा तयार केला. या भिंतीत सात ठिकाणी भोके पाडून त्यातून गोळीबार करण्याची व्यवस्थाही करून ठेवली. असे करताना बाहेरच्या लोकांना मी दिसू नये अशी व्यवस्थाही केली होती. शिवाय ती भिंत तयार झाल्यावर तिच्या बाहेरून खूपशी झाडे मी लावून टाकली. ती लवकरच वाढली आणि माझ्या घराभोवती एक दाट जंगलच तयार झाले. त्यांनी माझे घर इतके झाकून टाकले की, या झाडांच्या आत काही वस्तू असेल किंवा कोणीतरी राहत असेल यावर कोणाचा विश्वास बसणेही कठीण झाले असते. तसेच माझ्या शेळ्यांसाठी सुरक्षित जागाही सापडण्यास फारसा त्रास झाला नाही. एका दाट झाडीच्या मध्यभागी छानशी मोकळी जागा मला दिसली; तिच्याभोवती कुंपण घालून माझा छोटा कळप मी येथे नेऊन ठेवला.

एके दिवशी माझ्या कळपासाठी जागेची पाहणी करीत असताना, मी समुद्रकिनाऱ्याशी येऊन पोहोचलो. समुद्राकडे पाहिल्यावर मला दूरवर एक जहाज दिसल्यासारखे वाटले. पण ते फारच दूर होते. जरी माझ्याजवळ दुर्बीण होती तरी ती वस्तू कोणती असावी; जहाज की आणखी काही हे मला कळत नव्हते. अखेर मी मनाशी ठरवून टाकले की दुर्बीण घेतल्याशिवाय कुठेही बाहेर जायचे नाही.

घरी परत जाताना समुद्रकिनाऱ्याच्या वाटेने गेलो. तेथे मला जे दृश्य दिसले त्यामुळे मी अगदी घाबरून गेलो आणि मला शिसारीच आली. कवट्या, हात, पाय आणि मानवी शरीराची हाडे वाळूवर इकडे तिकडे पसरली होती. एके जागी विस्तव पेटवला असावा असे दिसत होते. ज्या अभागी मानवांचे बळी देऊन ही मेजवानी झडली ती जागा आणि त्या जागेवर बसणारे लोक यांच्या खुणादेखील दिसल्या. या दृश्यामुळे मी इतका भयभीत झालो की, या भयंकर दृश्याकडे पाठ वळवून मी शक्य तितक्या लवकर घरी परतलो.

घरी आल्यावर मात्र मला सुरक्षित वाटू लागले, कारण मला माहीत होते, की या बेटावर शोध घेण्यासाठी जंगली लोक कधीच आले नव्हते. त्यांच्या पावलांचा ठसा देखील माझ्या अठरा वर्षांच्या वास्तव्यानंतर मला एकदाच दिसला होता. माझे घर इतक्या चांगल्या रीतीने झाडात लपलेले होते, की आणखी अठरा वर्षे मी जरी येथे राहिलो तरी त्यांच्या नजरेला मी पडणार नाही याची मला खात्री होती. तरीही मी शक्य तितकी काळजी घेण्याचे ठरवले. काही दिवस तर मला बंदूक झाडण्याचीही भीती वाटत असे. बंदूक आणि तीन पिस्तुले बरोबर घेतल्यावाचून मी यानंतर कधीही बाहेर पडत नसे. माझ्या कंबरपट्ट्यात एक कट्यार ठेवून बाजूला एक तलवारही लटकलेली असे. थोडक्यात, म्हणजे माझ्यावर कोणीही हल्ला केला तर त्याचा मुकाबला करण्यास मी आता तयार होतो. यानंतर माझ्या होडीतून बेटाच्या पलीकडील बाजूस जाणेही मी थांबवले; कारण जंगली लोक त्या बाजूला वारंवार येत असत असे दिसत होते.

इतकेच नव्हे तर, विस्तव पेटवण्याच्या बाबतीतही मी फार जागरूक राहू लागलो. कारण धुरामुळे माझे अस्तित्व कोणाच्याही लक्षात येऊ नये अशी माझी इच्छा होती. अन्न शिजवणे, पाव, भाकरी भाजणे ही सारी कामे मी कोळसे पेटवून करू लागलो. बेटाच्या एका दुसऱ्या कोपऱ्यात लाकडांचे हे कोळसे मी तयार करीत असे. इंग्लंडमध्ये ती रीत मी पूर्वी पाहिली होती.

एके दिवशी असा कोळसा तयार करण्यासाठी मी काही लाकडे कापीत असता एका लहान गुहेतून दोन लखलखीत डोळे माझ्याकडे पाहत आहेत

असे मला दिसले. हे डोळे कोणाचे ते पाहण्यासाठी मी विस्तवातून एक जळणारी फांदी उचलून उंच धरली. तेव्हा असे दिसले की, ते दोन डोळे एका फार म्हाताऱ्या बोकडाचे होते आणि तो बोकड मरण्यासाठीच त्या गुहेत येऊन पडला होता. दुसऱ्या दिवशी परत येऊन मी ती गुहा आत जाऊन नीट तपासून पाहिली. तेव्हा मला आढळले की, तशीच जरूर लागली तर लपून बसण्यासाठी ही जागा उत्तम आहे. जरी शे-पाचशे जंगली लोक माझ्या मागे लागले तरी येथे मला सुरक्षितपणे लपून बसता येईल असे वाटू लागले.

आता डिसेंबर महिना आला होता. या बेटावरील माझ्या वास्तव्याचे हे एकोणिसावे वर्षं चालू होते. पिकांच्या कापणीची वेळ आली होती. त्यामुळे दिवसाचा बराच काळ मला उघड्यावरच काढावा लागे. एके दिवशी उजाडण्यापूर्वीच मी बाहेर पडलो असता, सुमारे दोन मैल अंतरावर, किनाऱ्याशी एक जाळ पेटलेला मला दिसला. बेटाच्या माझ्या बाजूला जंगली लोक येण्याची ही पहिलीच वेळ होती. हे दृश्य पाहून मी बराच अस्वस्थ झालो.

तडक घरी जाऊन मी माझ्या सर्व बंदुका भरून तयार ठेवल्या. कोणत्याही क्षणी जंगली लोकांचा हल्ला होईल असे मला वाटत होते. त्यासाठी माझी ही तयारी होती. पण दोन तास उलटून गेले तरी काहीच घडले नाही. त्यामुळे मला इतके कुतूहल वाटू लागले की, अखेर मलाच न राहवून मी बाहेर पडलो.

माझ्या घराच्या मागील टेकडीवर चढून, पोटावर पालथा पडून मी निरीक्षण करू लागलो. तेव्हा मला दिसले की, विस्तवाभोवती नऊ जंगली लोक बसलेले आहेत. नरमांस शिजवण्यासाठी त्यांनी तो विस्तव पेटवला असावा, अशी माझी कल्पना होती. या लोकांबरोबर दोन होड्या होत्या. त्या त्यांनी किनाऱ्याच्या वाळूवर ओढून ठेवल्या होत्या. ओहोटी चालू असल्याने माझ्या लक्षात आले, की ते लोक भरती येऊन होड्या तरंगू लागण्याची वाट पाहत असावेत. थोड्या वेळाने हे लोक उठले आणि विस्तवाभोवती नाच करू लागले. हा नाच सुमारे तासभर चालला. त्यानंतर भरती सुरू झाली आणि ते लोक त्यांच्या होड्यांत बसून, वल्ही मारीत निघून गेले.

ते लोक गेल्याबरोबर मी किनाऱ्यावर गेलो. तेथे या लोकांच्या भयंकर वर्तनाच्या खुणा सर्वत्र पसरल्या होत्या. हाडे, रक्त आणि मानवी शरीराचे

अवयव वाळूवर विखरून पडले होते. हे दृश्य पाहून मला इतका राग आला, की यानंतर माझ्या बेटावर कोणीही जंगली लोक आले तरी त्यांना ठार मारण्याचा मी निश्चय केला.

या नंतर अनेक महिने बेटावर कोणीच पाहुणे आले नाहीत. परंतु मे महिन्याच्या मध्यावर असा काही प्रसंग घडला, की त्यामुळे काही काळ तरी या जंगली लोकांचा विचारही माझ्या मनातून पार निघून गेला. समुद्रावरून एखादी बंदूक झाडावी तसा आवाज मला ऐकू आला. शक्य तितक्या त्वरेने मी टेकडी चढून गेलो. तेवढ्यात एक उजेड चमकून एका बारचा आवाज माझ्या कानावर आला. त्या दिशेच्या रोखाने पाहता मला वाटले की, बेटाच्या टोकाशी असलेल्या खडकाजवळून संकटात सापडलेल्या एखाद्या जहाजाने मदतीसाठी हे बार काढले असावेत. मला सापडली ती सर्व कोरडी लाकडे गोळा करून टेकडीच्या माथ्यावर मी त्यांचा एक मोठा जाळ केला आणि तो रात्रभर जळत ठेवला.

पहाट झाल्यावर बेटाच्या दूरच्या टोकाला काहीतरी वस्तू दिसू लागली. हवेत अजून धुके पसरले होते आणि ती दूरची वस्तू स्पष्ट दिसण्याइतपत माझी दुर्बीण प्रभावी नव्हती. दिवसातून अनेकदा मी त्या दिशेने पाहिले पण ती वस्तू हालत नसल्याने, मी ठरवले की बहुधा हे जहाज नांगर टाकून उभे राहिलेले असावे. त्याबद्दल अधिक माहिती काढण्याची मला उत्सुकता लागल्याने, मी किनाऱ्या-किनाऱ्याने त्या दिशेने पुढे निघालो. जवळ गेल्यावर मला दिसून आले की, त्या खडकावर आपटून बुडालेले एक जहाज तेथे पडले होते. हे पाहून मी फार निराश झालो आणि मृत्युमुखी पडलेल्या लोकांबद्दल मला फार वाईट वाटू लागले. माझ्या मनात विचार आला की, 'अरेरे ! या लोकांपैकी एक-दोन लोक जरी वाचले असते तर किती बरे झाले असते ! बोलण्या चालण्यासाठी मला एखादा सवंगडी मिळाला असता तर किती बरे झाले असते ?'

या बेटावर मी इतकी वर्षे एकट्याने काढली, पण या क्षणी मला एखाद्या सवंगड्याची जेवढी तीव्रतेने गरज भासली, तेवढी या पूर्वी कधीही भासली नव्हती. असा सवंगडी मिळाला नाही म्हणून इतके वाईटही कधी वाटले नव्हते.

काही दिवसांनंतर त्या जहाजाच्या खलाशांपैकी एका पोराचे प्रेत किनाऱ्यावर वाहून आलेले मला दिसले. त्याच्या खिशात दोन नाणी आणि एक चिलीम अशा वस्तू होत्या, या फुटलेल्या जहाजावर जाण्याची माझी इच्छा होती. कदाचित त्या जहाजात कोणी जिवंत असेल तर पहावे. तसे नसले तर माझ्या उपयोगाला येतील अशा अनेक वस्तू तेथे सापडण्याचा संभव होता.

ह्या भंगलेल्या जहाजातून शक्य तितक्या अधिक वस्तू आणाव्यात यासाठी मी माझी होडी बरोबर घेतली. प्रवाह अनुकूल होते, त्यामुळे सुमारे दोन तासांच्या आतच मी त्या जहाजावर जाऊन पोहोचलो. एके काळी सुंदर दिसणारे ते जहाज स्पेनमध्ये बांधलेले होते. आता त्याचे पुढील टोक दोन

खडकांत घट्ट रूतून बसले होते. त्याच्या दोन्ही डोलकाठ्या मोडून पडल्या होत्या आणि मागचा भाग वाहून गेला होता.

मी जहाजाजवळ आलो तसा एक कुत्रा जहाजावरून भुंकू लागला. मी त्याला हाक मारताच समुद्रात उडी घेऊन पोहत पोहत तो माझ्या होडीजवळ आला. त्याला होडीत घेतल्यावर मला आढळले, की तो फार भुकेला आणि तहानलेला आहे. मग मी त्याला थोडी भाकरी आणि थोडे पाणी दिले. त्या दोन्हीचाही त्याने लगेच फडशा पाडला.

यानंतर मी त्या भंगलेल्या जहाजावर चढून गेलो. तेथे मला पहिले दृश्य दिसले, ते म्हणजे स्वयंपाकघरात शिरलेल्या, पाण्यात बुडालेल्या दोन खलाशांची प्रेते. त्यांनी एकमेकांना मरताना घट्ट मिठी मारली होती. तेथील सारे अन्न खाऱ्या पाण्याने नासून गेले होते. माझ्या उपयोगी पडतील अशा दोन पेट्या मी अंदाजाने उचलून माझ्या होडीतून बरोबर आणल्या. नंतर त्या उघडून पाहता त्यात काही दारूच्या बाटल्या, थोडी मिठाई आणि बरेच चांगले पांढऱ्या कापडाचे सदरे, हातरुमाल आणि रंगीत गळपट्टे सापडले. याशिवाय चांदीच्या नाण्यांनी भरलेल्या तीन मोठ्या पिशव्या देखील त्यात होत्या. त्यात सुमारे एक हजारांवर नाणी असावीत. तेथेच काही सोन्याच्या लहान चिपाही आढळल्या. दुसऱ्या पेटीत फक्त कपडेच होते. पैशांचा मला काहीच उपयोग नव्हता, पण कपडे मिळाल्याने मला जो आनंद झाला त्याची कल्पनाच करणे योग्य होईल !

मित्रलाभ

एके दिवशी मला दिसले, की बेटाच्या माझ्या बाजूला पाच होड्या येऊन लागल्या आहेत. प्रत्येक होडीत पाच-सहा लोक असतात, हे मला माहीत होते. म्हणजे असे एकूण सुमारे तीस लोक असले तर त्यांच्याशी एकट्याने सामना देण्याची माझी इच्छा नव्हती, म्हणून मी घरी परत आलो. हल्ला झालाच तर प्रतिकारासाठी तयारी करू लागलो. पण असा हल्ला न झाल्याने मी माझी बंदूक आणि दुर्बीण घेऊन टेकडीवर चढून गेलो. या लोकांच्या टोळीबद्दल काय माहिती मिळते ते मला पहावयाचे होते.

दुर्बिणीतून पाहता मला दिसले की, हे लोक संख्येने सुमारे तीस असून त्यांनी एवढ्यात एक शेकोटी पेटवली होती. प्रत्येक होडीतून त्यांनी दोन कैदी आणले होते. ते खाऊन टाकण्यासाठीच असावेत असेच मला वाटले. मी पाहत असताच त्यापैकी एका कैद्याला या लोकांनी होडीतून बाहेर ओढून, एक फटका मारून बेशुद्ध केले. इतर दोन जंगली लोक सुरे घेऊन त्याचे मांस कापून विस्तवावर ठेवलेल्या भांड्यात टाकू लागले.

येथवर दुसरा कैदी तसाच एकीकडे उभा केला होता. आपल्याला निसटण्याची संधी आहे हे कळून, त्याने होडीतून खाली उडी मारली आणि तो वाळूवरून माझ्या दिशेने धावत येऊ लागला. आता हे सारेच जंगली लोक त्याचा पाठलाग करणार काय ह्याची मला फार भीती वाटू लागली; पण मी पुन्हा नीट पाहिले तर त्याच्या मागे फक्त तीनच लोक धावत होते. माझ्या

घराकडे येण्यापूर्वी त्याला एक खाडी ओलांडावी लागणार होती. पण तो पट्टीचा पोहणारा असल्याने त्याने ती सहजपणे पार केली. एकदा खाडी पार झाल्यावर तो माझ्या घराच्या दिशेने धावू लागला. त्याच्या मागे लागलेल्या दोन लोकांना पोहता येत होते. ते त्याच्या मागून पोहत आले आणि तिसरा किनाऱ्या किनाऱ्याने चालत परत गेला. हे दोन जंगली लोक पोहण्यात बरेच मंद होते. त्यामुळे त्यांच्यापेक्षा तो जंगली तरुण बराच पुढे राहत गेला.

टेकडीवरून मी हे सारे पाहत असता, एकाएकी एक विचार माझ्या मनात चमकून गेला. माझ्या ध्यानात आले, की या बिचाऱ्या माणसाचा केवळ जीव वाचवण्याचीच नव्हे, तर एक सवंगडी आणि एक नोकर मिळवण्याचीही हीच नामी संधी आली आहे. या विचारासरशी मी टेकडीवरून खाली धावत आलो आणि तो कैदी आणि त्याच्या मागे लागलेले ते दोन जंगली यांच्या मध्ये येऊन उभा राहिलो.

पहिला जंगली माणूस माझ्याजवळ येताच त्याच्याकडे धावत जाऊन मी त्याला माझ्या बंदुकीच्या दस्त्याने फटका मारून खाली पाडले. शक्यतो मला बंदूक झाडावयाची नव्हती, कारण गोळीबाराचा आवाज ऐकून इतर जंगली लोकांनी माझ्यावर हल्ला केला असता. परंतु तो दुसरा जंगली माणूस जवळ आल्यावर मला दिसले की त्याच्या हातात एक तीर-कामठा (धनुष्यबाण) आहे. कमान वाकवून मला मारण्यासाठी त्याने बाण दोरीवर टेकला तेव्हा मात्र मला दुसरा उपाय उरला नाही. एका गोळीने मी त्याला क्षणात ठार केले.

तो बिचारा कैदी या घटनेने इतका घाबरला की, तो जागेवरच खिळून उभा राहिला. त्याचे दोन्ही शत्रू जमिनीवर पडले होते. पण तो पुढेही जाईना की मागेही होईना. तेव्हा त्याने जवळ यावे म्हणून मी हाताने खुणा केल्या. त्या त्याला सहज समजल्या, पण त्याला वाटले की, मी त्याच्यावरही गोळी झाडणार आहे. या भीतीने तो थरथर कापत उभा होता. पण मी सुचतील त्या आश्वासनाच्या, उत्तेजनाच्या खुणा केल्या आणि त्याच्याकडे पाहून स्मित केले. अखेर तो भीतभीतच माझ्याजवळ आला आणि गुडघे टेकून माझ्या पायाशी बसला. माझा एक पाय उचलून त्याने आपले डोके वाकवून त्याच्यावर

ठेवले. माझा कायमचा नोकर, गुलाम होऊन राहाण्याची आपली इच्छा आहे; असे त्याला यावरून सुचवावयाचे होते असे मी समजलो.

मी त्याला हात धरून वर उठवले तेव्हा तो माझ्याशी बोलू लागला. तो काय म्हणत होता यातले एक अक्षरही मला कळले नाही. तरीपण त्याचे बोलणे मला फार गोड लागले. कारण सुमारे पंचवीस वर्षांत हाच पहिला मानवी आवाज मी ऐकत होतो.

एवढ्यात खाली पडलेला पहिला जंगली माणूस भानावर येऊन उठून बसला आणि माझ्या अंगावर धावून येऊ लागला. त्याच्यावर गोळी झाडण्यासाठी मी बंदूक रोखली तेव्हा आता माझा नोकर झालेल्या जंगली तरुणाने मला

थांबण्याची खूण केली. माझ्या कंबरपट्ट्याला लावलेली तलवार त्याला हवी होती हे माझ्या लक्षात आले आणि मी त्याच्या हातात ती ठेवली. ती हातात पडल्याबरोबर तो त्याच्या शत्रूकडे धावत गेला आणि एका घावात त्याने त्याचे डोके धडापासून वेगळे केले. मग हसत हसत माझ्याकडे येऊन त्याने ते डोके आणि ती तलवार माझ्या पायाशी ठेवली. त्या दुसऱ्या जंगली माणसाला मी दुरूनच कसे ठार केले हे त्याला कळेना. मी त्या माणसाजवळ जाऊ का असे तो खुणा करून मला विचारू लागला. तो त्या माणसाजवळ आल्यावर अगदी गोंधळला. त्याने ते प्रेत उलट-सुलट करून, गोळीने झालेली जखमही तपासली, मग त्या माणसाचा तीर-कामठा बरोबर घेऊन तो माझ्याकडे परत आला.

मी त्याला माझ्या मागून येण्याची खूण करून घराकडे जाऊ लागलो. आपल्या सवंगड्याच्या शोधासाठी ते जंगली लोक तेथे आले म्हणजे आपण तेथे असणे धोक्याचे आहे, हे माझ्या लक्षात नव्हते. पण त्या तरुणाने खुणा करून मला सुचवले की, आपण जाण्यापूर्वी ही दोन्ही प्रेते पुरून त्यांचा मागमूसही मागे न ठेवणे योग्य आहे. लगेच तो या कामाला लागला आणि चटकन हातानीच वाळू उकरून त्यात ते पहिले प्रेत ओढून आणून पुरून टाकले. तशीच गत दुसऱ्या प्रेताचीही केली, हे सारे काम त्याने इतक्या झटपट केले, की त्याला पंधरा मिनिटेही लागली नाहीत. यानंतर बेटाच्या पलीकडील बाजूस, मला सापडलेल्या गुहेकडे मी त्याला घेऊन गेलो.

येथे मी त्याला थोडी भाकरी, मनुका आणि पाणी दिले. तो अगदी भुकेला, तहानलेला दिसला. त्याचे खाणे-पिणे आटोपल्यावर एका गवताच्या राशीवर अंथरलेल्या घोंगडीकडे मी बोट दाखवले. लगेच त्याने अंग टाकले आणि तो झटकन झोपी गेला. आलेल्या भयंकर अनुभवांनी तो अगदी थकून गेला असावा.

तो झोपी गेल्यावर मी अधिक बारकाईने त्याचे निरीक्षण करू लागलो. तो अंगापिंडाने भारदस्त असून त्याचे पाय सरळ आणि भक्कम होते. त्याचा चेहराही देखणा होता. त्याचे वय सुमारे सव्वीस वर्षांचे असावे. त्याचे केस काळे आणि लांबसडक होते. निग्रो लोकांसारखे ते कुरळे आणि गुंडाळलेल्या लोकरीसारखे नव्हते. त्याचा चेहरा गोल असून, नाक सरळ व सडसडीत

आणि ओठ पातळ होते. त्याचे दातही रेखीव असून स्वच्छ पांढरे होते.

तो जागा झाल्यावर त्याला माझ्याशी कसे बोलावे, हे मी त्याला शिकवू लागलो. प्रथम मी त्याला त्याचे नाव शिकवले. त्याचा जीव मी वाचवला तो दिवस शुक्रवारचा असल्याने मी त्याचे नाव 'शुकऱ्या' असे ठेवले. मला 'धनी' अशी हाक मारण्यासही मी त्याला शिकवले.

ती रात्र आम्ही त्या गुहेत काढली पण पहाट झाल्याबरोबर आमच्या घराकडे आम्ही निघालो. रस्त्याने जाताना आम्ही जेथे दोन प्रेते पुरली होती त्या जागेजवळून आम्ही जात असताना, ती प्रेते उकरू काय, अशा अर्थाच्या खुणा शुकऱ्याने माझ्याकडे पाहून केल्या. यावर खूप रागावून तेथून निघून पुढे चलण्यास मी त्याला खूण केली.

घरी जाण्यापूर्वी आम्ही एक टेकडी चढून गेलो, कारण ते जंगली लोक निघून गेले आहेत, की नाहीत याची मला खात्री करून घ्यावयाची होती. माझी दुर्बीण काढून मी समुद्रकिनाऱ्याचे बारकाईने निरीक्षण केले. ते जंगली लोक आणि त्यांच्या होड्या यांचा कोठे मागमूसही दिसत नव्हता. आपल्या दोन सवंगड्यांचा शोध करण्याची तसदी घेतल्यावाचून हे लोक निघून गेले असावेत.

ते लोक जेथे उतरले होते त्या जागेकडे आम्ही गेलो.

मी भोवताली नजर टाकल्यावर माझे हृदय खचले आणि शिसारी येऊन अंग कापू लागले. भोवतालच्या वाळूवर रक्ताचा सडा पडला होता आणि मानवी हाडे इकडे-तिकडे विखरून पडली होती. शुकऱ्याने खुणा करून मला सांगितले की, "आपली टोळी आणि त्या जंगली लोकांची टोळी ह्यांच्यामध्ये एक मोठी लढाई झाली होती. त्या लढाईत जे लोक कैदी झाले त्यातला तो स्वत: एक होता. त्या जंगली लोकांनी कैद्यांना नेऊन मारून खाण्यासाठी त्यांना निरनिराळ्या जागी फिरवले होते."

घरी गेल्यावर शुकऱ्यासाठी मी काही कपडे तयार केले. त्याला माझी एक विजार दिली आणि बकऱ्याच्या कातड्याचा एक अंगरखा त्याच्यासाठी बनवला. सशाच्या कातड्याची एक टोपीही मी त्याला तयार करून दिली. हे कपडे त्याला फारच आवडले आणि ते अंगावर घालून तो लवकरच मोठ्या

डौलाने हिंडू फिरू लागला. प्रथम माझ्या घराच्या भिंतीबाहेर मी त्याच्या निजण्याची सोय करीत असे. आणि आत जाताना शिडी आणि साऱ्या बंदुका आत नेत असे. समजा शुकऱ्याच्या मनात काही दगाफटका करण्याचे आले, तरी मधली उंच भिंत चढून येण्याखेरीज त्याला मार्ग नव्हता आणि तसे करताना जो आवाज झाला असता, त्यामुळे मला सहज जाग आली असती. पण मला अशी धास्ती करण्याचे काहीच कारण नव्हते. या शुकऱ्यापेक्षा अधिक इमानी आणि प्रेमळ चाकर मला शोधूनही मिळाला नसता. मला काय म्हणायचे आहे ते त्याच्या चटकन लक्षात येई आणि माझ्याशी बोलणेही त्याला थोड्याच काळात जमू लागले. बोलायला कोणी तरी आहे ही जाणीव मला फार सुखकर वाटली. शुकऱ्या मला मदत करू लागल्यापासून माझे काम बरेच हलके झाले. जीवन अधिक आरामशीर झाले. नंतरच्या काळात अधिक जंगली लोक आले नसते, तर मला वाटते मी त्याच्याबरोबर कायमचाच राहिलो असतो.

मला वाटते की, जर मी परवानगी दिली असती, तर शुकऱ्याने माझी आणि माझ्या बंदुकीची देखील पूजा केली असती. कित्येक दिवस तो बंदुकीला हातही लावीत नसे. जणू काय ती आपल्याशी बोलत असावी, अशा रीतीने तो तिच्याशी दुरून बोलत राही. पुढे मला त्याच्याचकडून कळले की, तिने आपल्याला ठार मारू नये म्हणून तो रोज तिची प्रार्थना करीत असे.

नौकाबांधणी

अशा रीतीने या बेटावरील माझा सर्वात सुखकर असा वास्तव्याचा काळ सुरू झाला. धान्य कसे दळावे, पाव, भाकऱ्या कशा कराव्या हे मी शुक्ऱ्याला शिकवले. लवकरच तो हे काम अगदी माझ्या बरोबरीने स्वतंत्रपणे करू लागला. हळूहळू तो बरेच बोलू लागला आणि मला लागणाऱ्या प्रत्येक वस्तूची नावे त्याला समजू लागली. इतक्या वर्षांनंतर कोणाशी तरी बोलणे हा अनुभवच फार सुखकर होता.

आपल्या बेटापासून मुख्य भूभाग किती दूर आहे, समुद्राच्या या भागात होड्या, जहाजे अनेकदा फुटतात, बुडतात का, हे प्रश्न मी त्याला पहिल्यांदा विचारले. त्याला अंतराची नीटशी कल्पनाच नव्हती; पण त्याने एवढे मात्र सांगितले की, या भागात धोका फार कमी असून फार थोड्या होड्या बुडतात. त्याने असेही सांगितले की, समुद्रात जरा पुढे गेल्यावर एक जोराचा प्रवाह लागतो आणि वाऱ्याचा झोत वाहात असतो. हा प्रवाह सकाळी एका दिशेने वाहतो आणि संध्याकाळी दुसऱ्या दिशेने यावरून तो समुद्राच्या भरती-ओहोटीविषयी बोलत असावा असे माझ्या ध्यानात आले.

आपल्या 'कारीब' या जमातीबद्दलही शुक्ऱ्याने मला काही माहिती दिली, की सूर्य मावळतो त्या दिशेच्या पलीकडे माझ्यासारखे गोऱ्या रंगाचे आणि पिवळट दाढीवाले लोक राहत असतात आणि ते आमच्यासारखी पुष्कळ माणसे मारतात. यावरून त्याचे बोलणे स्पॅनिश लोकांबद्दल असावे

असा माझा ग्रह झाला. दक्षिण अमेरिकेत या लोकांनी चालवलेली क्रूर कृत्ये युरोपात देखील साऱ्यांना माहीत झाली होती. मग मी विचारले ''काय रे शुकऱ्या ! कोणाला इथून त्यांच्या देशाला जाता येईल का ?''

तो म्हणाला, ''व्हय जी ! दोन नावा घ्या म्हणजी झालं.''

दोन नावा म्हणजे दोन नावाच्या एवढी एखादी मोठी नाव असे त्याला म्हणायचे होते, हे माझ्या ध्यानात आले.

मग मी शुकऱ्याला माझ्या जीवनकहाणीतील काही प्रसंग सांगितले. इंग्लंडमधील आमचे जीवन कसे होते, मी घर सोडून सफरी कशा करू लागलो, याचे मी वर्णन केले. आम्ही प्रवास करीत होतो ते जहाज कसे भंगले, हेही मी त्याला सांगितले. ते ऐकल्यावर शुकऱ्या बराच विचार करू लागला असे त्याच्या चेहऱ्यावरून दिसू लागले. थोड्या वेळाने तो म्हणाला, ''अशी होडी माझ्या देशाला आली व्हती.''

प्रथम तो काय म्हणतो आहे हे माझ्या लक्षातच येईना. नंतर मला कळले, की आमच्या जहाजासारखे एक जहाज त्याच्या देशाच्या किनाऱ्यावर आपटून फुटले, असे त्याला सांगायचे होते. त्याने त्या जहाजाचे तपशीलवार वर्णन केले आणि मग तो जे म्हणाला त्यामुळे मला विशेषच कुतूहल वाटू लागले. तो म्हणाला ''अन् बगा ! अशी लाल तोंडाची मानसं बी व्हती त्यात.''

मी उत्सुकतेने विचारले, ''किती गोरे लोक होते ते ?''

यावर शुकऱ्याने बोटे मोजून ती मला दाखवली. ती सतरा भरली, इतकेच नव्हे तर, तो असेही म्हणाला, की ते गोरे लोक त्याच्या जमातीबरोबर चार वर्षे राहत होते. यावर मी आश्चर्याने विचारले, ''अरे मग तुमच्या लोकांनी त्यांना मारून खाल्लं कसं नाही ?''

त्यावर मान हलवून शुकऱ्या म्हणाला, ''असं कसं व्हईल जी ? ते लोक आमचे दोस्त झाले. लढाईत मारलेली मानसंच आम्ही खातो, दुसरी न्हाई.''

एके दिवशी हवा अगदी स्वच्छ पडली होती. शुकऱ्या आणि मी बेटाच्या पूर्व दिशेला असलेल्या एका टेकडीवर उभे होतो. शुकऱ्या समुद्रात पलीकडे पहात, बोट दाखवत मला म्हणाला ''तो पाहा, त्या दिशेला माझा मायदेश आहे.''

मी त्याला विचारले, ‘‘काय रे तुझ्या लोकांत परत जायला आवडेल का तुला ?’’ त्यावर तो हसून म्हणाला ‘‘हो हो.... फार आवडेल मला.’’

मग मी त्याला विनोदाने विचारले, ‘‘तिथं जाऊन काय करशील रे तू ? पुन्हा पूर्वीसारखा जंगली होऊन माणसांचं मांस खाणार का रे ?’’

त्यावर शुकऱ्या मान हालवून म्हणाला, ‘‘छे छे ! मीच त्या लोकांना चांगलं रहायला शिकवीन. भाकरी अन् सागुती खावी, दूध प्यावं अन् राजासारखं रहावं. माणसाचं मांस कशाला खायला हवं ?’’

मी त्याला थट्टेने म्हणालो, ‘‘मग संभाळ रे बुवा ! ते तुलाच ठार मारतील न जाणो.’’

पण शुकऱ्याही काही कमी नव्हता. तो म्हणाला, ‘‘आमचं लोक न्हाई तसं. त्यांना शिकाया आवडतं.’’

आपल्या लोकांत जाणार कसा असे विचारल्यावर मात्र शुकऱ्या चेहरा उतरला. तो म्हणाला, ‘‘खरं हाय. माझ्याजवळ न्हाई एक बी होडी अन् इतकं लांब पोहाया बी येणार न्हाई.’’

त्याला बरे वाटावे म्हणून मी म्हणालो, ‘‘बरं ! बरं ! आपण एक होडी बांधू अन् तू जा तिच्यातून मग.’’ पण शुकऱ्या एकटा जायला तयार नव्हता. मी त्याला म्हणालो, ‘‘अरे ! मी तुझ्याबरोबर आलो तर मला खाऊन टाकतील की तुझे लोक !’’ यावर शुकऱ्या जोराने म्हणाला,‘‘छ्या छ्या ! माजं लोक तुम्हाला बी मायेनं वागवतील.’’

थोडक्यात, म्हणजे शुकऱ्याच्या मते मी देखील हे बेट सोडून त्याच्याबरोबर त्याच्या देशाला जावे. उलट, मला मात्र असे वाटे की, मी बेटावरच रहावे आणि शुकऱ्याने मात्र एकट्यानेच आपल्या देशात जावे. मी त्याला तसे स्पष्टपणे सांगितल्यावर उदास चेहरा करून तो तेथून पळून गेला. थोड्याच वेळाने हातात एक कुऱ्हाड घेऊन तो परत आला आणि मला म्हणाला, ‘‘मालक, ही कुऱ्हाड घ्या अन् तुमच्या शुकऱ्याला ठार मारा ! परत कशाला पाठवता त्याला ? त्या परीस मेलेलं बरं की !’’

तो असे बोलत असता त्याचे डोळे पाण्याने भरून आले. ते पाहून मी त्याला पुन्हा पुन्हा समजावून सांगितले की, ‘‘अरे बाबा, तुला वाटेल तितके

दिवस तू माझ्याजवळ रहा. मी तुला कधी दूर करणार नाही. पण त्याचा हेका एकच, की मीही त्याच्याबरोबर त्याच्या मायदेशी जावे आणि त्याच्या लोकांना चांगल्या रीतीने राहण्याचे, देवभक्तीचे पाठ द्यावेत.

अशा रीतीने शुक्रयाचा जाण्याचा बेत तर निकालात निघाला. तरीही आणखी एक होडी तयार करण्याचे मी ठरवले. ही होडी आधीपेक्षा अधिक मोठी होणार होती. किनाऱ्याला असलेले आणि खूप मोठा बुंधा असलेले झाड या दोन्ही गोष्टी एकत्र जुळून येणे बरेच अवघड होते. पण बऱ्याच शोधानंतर तसे झाड एकदाचे सापडले. आम्ही दोघांनी मिळून ते तोडले. प्रथम शुक्रयाची सूचना अशी होती, की विस्तवाने जाळून ते पोकळ करावे, पण हत्यारांनी ते कसे करावे हे मी त्याला शिकवले आणि तोही ते लवकरच शिकला. सुमारे एक महिन्यात आमच्या होडीला आकार आला आणि ती पाण्यात लोटण्याजोगी झाली. पुढे ती होडी हळूहळू ओढीत ओढीत किनाऱ्यापर्यंत आणणे आणि ती पाण्यात लोटणे यातच पुढचे पंधरा दिवस गेले.

पण एकदा ही होडी पाण्यात तरंगू लागल्यावर मला दिसले, की तिच्यात सहज वीस माणसे बसू शकतील. ती होडी मोठी असली तरी शुक्रया ती आपल्या वल्ह्याने सहज फिरवीत असे. तरीही एक डोलकाठी आणि शीड, एक नांगर यांची योजना करण्याचे मी ठरवले. या जादा बाबी करून त्या नीटपणे बसवण्यास आणखी दोन महिने लागले. होडीला योग्य दिशा मिळण्यासाठी मी एक सुकाणूही बसवले. हे सारे केल्यावर, शिडे उभारून होडी कशी चालवावी हे मला शुक्रयाला शिकवावे लागले; कारण वल्ही मारण्यात तो खूप कुशल असला, तरी शिडांच्या बाबतीत त्याला काहीच माहिती नव्हती.

पुढे पावसाळा लागल्यावर आम्ही आमची नवी नाव झाकून ठेवीत असू. मोठी भरती आली तेव्हा आम्ही ती किनाऱ्यावर ओढून बांधून टाकली. पुढे ती होडी तरंगत राहील एवढे खोल पाणी आत येईल अशी एक लहान गोदी शुक्रयाने खणून तयार केली. ओहोटी लागल्यावर सारे पाणी बाहेर गेले. मग त्या गोदीच्या तोंडाशी आम्ही एक बंधारा रचून भरतीचे पाणी आत येणार नाही अशी व्यवस्था केली. यानंतर झाडांच्या फांद्या, पाने वगैरे त्या होडीवर छपरासारखी रचून ठेवली. पावसाळा संपेपर्यंत आमची होडी त्या गोदीत सुरक्षित राहिली.

'राम राम पाहुणे !'

एके दिवशी समुद्रकिनाऱ्यावर एखादे कासव सापडते काय हे पाहण्यासाठी मी शुकऱ्याला किनाऱ्याकडे पाठवले होते. थोड्या वेळाने तो घाबऱ्या घाबऱ्या माझ्याकडे पळतच आला आणि धापा टाकीत म्हणाला, ''मालक फार वाईट गोष्ट घडली आहे.''

मी विचारले, ''अरे कसली वाईट गोष्ट ?''

किनाऱ्याकडे बोट दाखवून तो म्हणाला, ''एक-दोन-तीन... कितीतरी होड्या !'' तो खूप घाबरला होता. मी त्याला धीर देण्याचा प्रयत्न केला, पण व्यर्थ; त्याला वाटत होते की, हे सारे जंगली लोक फक्त त्याच्या शोधासाठीच आले असावेत. त्याला खात्री होती की, हे आता आपले तुकडे तुकडे करणार आणि आपल्याला खाऊन टाकणार.''

मी त्याला धीर देऊन म्हणालो, ''अरे त्या लोकांनी हल्ला केला तर आपण लढू की त्यांच्याशी !''

तो म्हणाला, ''मी बी लढंन, पण ते फार भारी हायती आपून दोघांना.''

मी उत्तर दिले, ''अरे शुकऱ्या ! घाबरतोस काय असा ! आपल्याजवळ बंदुका आहेत की, त्यांतील काही लोकांना ठार केलं की बाकीचे सारे पळून जातील.''

मग मी माझ्या साऱ्या बंदुका भरून ठेवल्या. माझी तलवार कंबरेला लावली आणि शुकऱ्याला एक फरशी दिली. मग दुर्बीण घेऊन मी आणि

शुकऱ्या मागची टेकडी चढून हे आलेले लोक किती आहेत हे पाहू लागलो.

मला दिसून आले की, ते एकंदरीत एकवीस लोक असून त्यांनी तीन कैदी आपल्याबरोबर आणले होते. या खेपेस ते माझ्या घराच्या बऱ्याच जवळच्या किनाऱ्यावर उतरले होते. दाट जंगलाचा काही भाग या किनाऱ्याला अगदी काठापर्यंत आला होता. हे जंगली लोक आपल्या कैद्यांना ठार मारून खाणार याची खात्री वाटल्याने, मला इतका राग आला होता, की शुकऱ्याच्या मदतीने त्यांच्यावर हल्ला करावा असे मी ठरवले. मैलभर आत गेलो तर त्या लोकांच्या मागे असलेल्या दाट जंगलात जाता येईल आणि दैवाची साथ असल्यास कोणालाही शंका न येता त्या लोकांवर अचानकपणे मागून हल्ला चढवता येईल अशी माझी योजना होती.

त्याप्रमाणे मी आणि माझ्या मागून शुकऱ्या असे हळूच त्या रानातून पुढे सरकू लागलो. रानाच्या काठाजवळ आल्यावर मी शुकऱ्याला एका उंच झाडावर चढून, त्या जंगली लोकांच्या हालचालींची माहिती घेण्यास सांगितले. त्याने परत येऊन सांगितले, की हे जंगली लोक एका कैद्याचा फडशा उडवीत होते आणि दुसरा एक दाढीवाला गोरा माणूस त्यांनी हात-पाय बांधून जवळच टाकला होता. मी स्वत: दुर्बिणीतून पाहिल्यावर मलाही तेच दृश्य दिसले. मला इतका राग आला होता की, आपण एकदम या जंगली लोकांवर हल्ला चढवावा असे मला वाटू लागले; पण तसे करणे म्हणजे शुद्ध मूर्खपणा होईल, असे माझ्या लक्षात आले. ते जंगली लोक आणि आम्ही यांच्या दरम्यान काही झुडपे उभी होती. या लोकांना न कळता त्या झुडपापर्यंत आपल्याला जाता आले तर अचानक हल्ला चढवणे शक्य होईल, असे माझ्या ध्यानात आले. म्हणून अगदी हलक्या पावलांनी दोघे लपत छपत त्या झुडपात शिरलो.

आता मात्र एका क्षणाचाही उशीर करण्यात अर्थ नव्हता. एकोणीस जंगली लोक शेकोटीभोवती बेसावध बसले होते आणि दोन लोक दुसऱ्या कैद्याला ठार मारण्याची तयारी करीत होते. मी शुकऱ्याला हळूच म्हणालो, "आता मी जे जे करीन अगदी त्याच्या सारखेच तूही करायचं बरं का!" शुकऱ्याने मान हलवली.

"तय्यार ?" मी विचारले, त्याचा होकार येताच मी गोळी झाडण्याचा हुकूम दिला. आमच्या दोघांच्याही बंदुका एकाच वेळी कडाडल्या. शुक्र्याचा नेम माझ्याहूनही उजवा ठरला. पहिल्या फैरीतच त्याने दोन लोकांना ठार करून तिघांना जखमी केले. माझ्या गोळीबाराने एक ठार झाला आणि दोघे जखमी झाले.

या प्रकाराने त्या जंगली लोकांत एकच हलकल्लोळ माजला. जखमी न झालेले लोक एकदम उठले, पण गोळ्या कुठून आल्या आणि कोणत्या दिशेकडे पळ काढावा हेच त्यांना कळेना. मी एक बंदूक खाली ठेवून दुसरी भरलेली बंदूक उचलली. शुक्र्यानेही माझेच अनुकरण केले. आम्ही पुन्हा एक फैर झाडली. त्यावर अनेक लोक जखमी होऊन वेड लागल्यासारखे आरडत ओरडत इकडे-तिकडे धावू लागले. यावर मी आणखी एक बंदूक उचलून शुक्र्याला मागोमाग येण्याची खूण करून त्या झुडपाबाहेर धावत येऊन त्या लोकांवर हल्ला केला. मोठ्याने आरोळी ठोकून मी त्या कैद्याजवळ गेलो. त्याला ठार मारण्यासाठी आलेले जंगली लोक एका होडीत बसून पळ काढीत होते, शुक्र्याने त्यांच्यावरही गोळीबार सुरू ठेवला. तोपर्यंत मी त्या कैद्याच्या हात-पायांना बांधलेल्या दोऱ्या कापून टाकल्या. तो भुकेने, तहानेने अर्धमेला झाला होता. थोडे खाणे-पिणे झाल्यावर, त्याला जरा हुशारी आली. त्याच्या सांगण्यावरून तो एक स्पॅनिश गृहस्थ दिसला.

मी त्यालाही संरक्षणासाठी एक बंदूक दिली आणि एक पिस्तूल दिले.

या सुमारास पळून गेलेले काही जंगली लोक परत येऊन आमच्यावर हल्ला करण्याच्या तयारीत होते. मी बंदुका भरण्याच्या नादात असताना काही लोकांनी तर अचानक त्या एकट्या स्पॅनिश गृहस्थावर हल्ला करून त्याची तलवारही हिसकावून घेतली, पण तेवढ्यात सावधपणे जवळचे पिस्तूल काढून त्याने त्या जंगली हल्लेखोराला ठार केले. इकडे शुक्र्याचा गोळीबार चालू होताच. एकूण फक्त चार जंगली लोक होड्यांतून निसटून जाऊ शकले. मी आणि शुक्र्या एका होडीत उडी मारून त्यांचाही पाठलाग करणार होतो. तेवढ्यात त्या होडीच्या तळाशी हात-पाय बांधलेला, भीतीने अर्धमेला झालेला आणखी एक कैदी मला दिसला. त्याला इतक्या घट्ट दोऱ्या बांधल्या होत्या, की त्याला धडपणे हालचालही करता येत नव्हती.

मी त्याच्या दोऱ्या कापून त्याला उभे राहण्यास मदत करू लागलो; पण तो फारच अशक्त झाला होता त्यामुळे त्याला उभे राहवेना. त्याची अशी समजूत झाली की, आपल्याला ठार मारण्यासाठीच आपल्या दोऱ्या कापलेल्या आहेत. इकडे मात्र शुक्ऱ्या अगदीच विचित्रपणे वागू लागला होता. त्याने त्या कैद्याला प्रेमाने घट्ट मिठी मारली आणि मग तो हसू लागला, रडू लागला, गाऊ लागला आणि वेड्यासारखा इकडे तिकडे उड्या मारू लागला. याचे कारण काय, हेदेखील तो मला लवकर सांगेना. थोड्या वेळाने जरा शांत झाल्यावर त्याने मला सांगितले, की त्या होडीच्या तळाशी असलेला कैदी म्हणजे दुसरा तिसरा कोणी नसून ते त्याचे वडीलच होते.

इकडे शुक्ऱ्या आपल्या वडिलांचे हात-पाय चोळून त्यांना थोडी हुशारी आणण्याचा प्रयत्न करीत होता. या साऱ्या गडबडीत त्या जंगली लोकांचा पाठलाग करण्याची गोष्ट आम्ही विसरूनच गेलो होतो. पण जे झाले ते बरेच झाले. कारण तासा-दोन तासांतच एक मोठे वादळ सुरू झाले. त्यामुळे समुद्रावर एवढ्या उंच उंच लाटा उसळू लागल्या होत्या, की त्यामुळे ते जंगली लोक सुखरूपपणे परत त्यांच्या किनाऱ्याला पोहोचले असतील की नाही, याबद्दल मला दाट शंकाच होती. मला खात्रीने वाटते, की मी आणि शुक्ऱ्या या लोकांचा पाठलाग करण्याच्या भानगडीत पडलो असतो, तर आम्ही दोघेही बुडून प्राणास मुकलो असतो.

राज्याचा बंदोबस्त

शुकऱ्याचे वडील जरा भानावर येताच मी त्याला बोलावून विचारले, "अरे, तुझ्या वडिलांना काही खायला-प्यायला दिलं आहेस की नाही ?"

त्यावर तो म्हणाला, "इथे माझ्याजवळ तर काहीच नाही."

हे ऐकून मी माझ्या पिशवीतून थोडी भाकरी आणि काही मनुका काढून शुकऱ्याच्या वडिलांना दिल्या. पोटभर भाकरी आणि घोटभर पाणी मिळाल्यावर तो म्हातारा माणूसही बराच ताजातवाना झाला. तेवढ्यात पळत जाऊन शुकऱ्या आणखी भाकरी आणि पाण्याचे एक मडके घेऊन आला. त्या स्पॅनिश माणसालाही शुकऱ्याबरोबर खाण्या-पिण्याच्या वस्तू पाठवल्या. तो इतका दमला होता की, त्याला उभे राहवेना. मग शुकऱ्यानेच त्याला उचलून होडीत आपल्या वडिलांशेजारी बसवले. मी जमिनीवरून घरी निघालो आणि शुकऱ्या ती होडी वल्हवीत खाडीच्या मार्गाने आमच्या घराजवळच्या किनाऱ्याकडे येऊ लागला. झालेल्या श्रमामुळे आणि मनाला बसलेल्या धक्क्यामुळे हे दोघेही पाहुणे जवळजवळ कोलमडलेच होते. त्यांना धड उठून उभेही राहता येईना. मग मी आणि शुकऱ्या यांनी एक झोळी करून एकेकांना घराकडे नेले. पण भिंतीवरून ही झोळी आत नेता येत नव्हती म्हणून आम्ही भिंतीच्या बाहेर एक कामचलाऊ तंबू उभारून त्यात या दोघांची अंथरूणे टाकली. इकडे शुकऱ्या स्वयंपाकाला लागला होता. स्वयंपाक झाल्यावर मी या पाहुण्यांबरोबर जेवायला बसलो.

आता माझे बेट हे एखाद्या छोट्या राज्यासारखे दिसत होते. मी जणू काय तेथील राजा असून, माझ्या भोवताली बसलेले लोक माझे प्रजाजन होते. त्या म्हाताऱ्या माणसाशी बोलण्यासाठी दुभाषी म्हणून शुक्ऱ्याने कार्य केले. ‘‘बेटावरून पळून गेलेल्या जंगली लोकांपासून कितपत धोका आहे, त्यांची काय गत झाली असेल.’’ वगैरे प्रश्न मी त्या म्हाताऱ्याला विचारले. त्याचे उत्तर आले की, ‘‘बहुधा ते लोक वादळात सापडून बुडाले असतील. जरी ते घरी पोहोचले असले, तरी झालेल्या गोळीबाराने ते इतके भयभीत झालेले असणार, की ते पुन्हा इकडे येण्याची भाषाही काढणार नाहीत असे त्यांचे मत होते. काळ चालला होता आणि पुन्हा या जंगली लोकांच्या होड्या आमच्या बेटाकडे आल्या नाहीत. यावरून त्याचे बोलणे बरोबर असावे, असा माझा ग्रह झाला.

यानंतर त्या स्पॅनिश माणसाशी झालेल्या संभाषणावरून मला कळले की, त्याचे सोळा देशबांधव, मुख्य भूमीवर राहत होते. ते सारे एका भंगलेल्या जहाजातून जमिनीवर उतरले होते आणि त्या जंगली लोकांबरोबर शांततेने राहत होते. माझ्याजवळ असलेल्या अनेक सुखसोयी आणि वस्तू पाहून तो म्हणाला, ‘‘आमचं जीवन तुमच्या मानानं फार खडतर आहे. आम्हाला जरूर असणाऱ्या पुष्कळशा वस्तू आमच्या जवळ नाहीत.’’ तेव्हा विषय बदलून मी त्याला विचारले, ‘‘तुमचं जहाज फुटलं तेव्हा तुम्ही कुठून येत होतात ?’’

तो म्हणाला, ‘‘अर्जेंटिना देशातील ‘रिव्हर प्लेट’ ह्या नदीकाठच्या गावाहून आम्ही हवाना या बंदराकडे निघालो होतो.’’

मी विचारले, ‘‘काय हो ! तुम्ही इतके लोक होता मग पळून जाऊन स्पेनला परत जाण्याचा प्रयत्न तुम्ही का केला नाही ?’’

तो गृहस्थ म्हणाला, ‘‘आम्ही अनेकदा या विषयावर चर्चा केली आणि योजनाही आखल्या, पण शेवटी दृश्य परिणाम मात्र काहीही झाला नाही.’’

मी विचारले, ‘‘तुमच्या मित्रांना या बेटावर येऊन नंतर माझ्याबरोबर सुटकेचा प्रयत्न करणे आवडेल का ?’’

यावर तो गृहस्थ लगेच म्हणाला ‘‘अहो, आमचं तिथलं जीवन इतकं हाल, अपेष्टांचं आहे, की त्यातून सुटण्यासाठी कोणतीही संधी माझे लोक आनंदाने स्वीकारतील.’’

यानंतर मी अशी सूचना केली, की शुकऱ्याला बरोबर घेऊन त्याने मुख्य भूमीकडे परत जाऊन आपल्या लोकांबरोबर या विषयाची चर्चा करावी. जर ते लोक या बेटावर येण्यास तयार असले, तर आमच्या मोठ्या होडीतून त्या साऱ्यांना त्याने बरोबर आणावे.

यावर माझे आभार मानून त्या गृहस्थाने खोचकपणे विचारले, ''अहो, पण आम्ही इतके लोक आणि तुम्ही तिघे. या साऱ्यांना पुरण्याइतकं अन्न-धान्यं इथ तुमच्याजवळ आहे का ?''

हे ऐकून मात्र मला प्रश्न पडला. कारण या गोष्टीचा मी विचारच केला नव्हता. माझ्या लक्षात आले, की इतक्या साऱ्या लोकांना लागेल इतके धान्य उत्पन्न करण्यासाठी बरीच मोठी जमीन लागवडीखाली आणावी लागेल आणि राखून ठेवलेले बी-बियाणे त्यासाठी वापरावे लागेल. तरच पुढील सुगीनंतर साऱ्यांना पुरण्याइतके धान्य आमच्याजवळ राहील.

असा विचार करून मी त्या कामाला लागलो. आता आम्ही बरेच लोक असल्याने पूर्वीप्रमाणे जंगली लोकांची धास्ती बाळगण्याचे कारण नव्हते. प्रथम मी आमच्या जनावरांचा कळप वाढवण्याचे काम हाती घेतले. वीस लहान कोकरे पकडून ती वाढवून मी हे काम केले. त्याचप्रमाणे बेटावर शोध घेऊन खूपशी द्राक्षे असलेली एक जागा शोधून काढली. मग आम्ही साऱ्यांनी ती गोळा करून घरी आणून उन्हात वाळण्यासाठी पसरून ठेवली. नंतर येणाऱ्या सुगीच्या काळात तांदूळ आणि जव यांचे एवढे पीक हाती आले, की मुख्य भूमीवरून ते सारे पाहुणे बेटावर आले तरी आमच्या पुढील सुगीपर्यंत पुरेल एवढा धान्याचा साठा आमच्या हाती आला होता.

याप्रमाणे व्यवस्था झाल्यावर त्या स्पॅनिश गृहस्थाला प्रवासाची तयारी करण्यास मी सांगितले. यावर शुकऱ्याचे वडील आणि तो गृहस्थ यांनी त्या जंगली लोकांनी वापरलेली एक होडी या प्रवासासाठी तयार केली. आठ दिवसांच्या प्रवासाला पुरेल इतकी अन्नसामग्री त्यांनी त्या होडीत नेऊन ठेवली. त्या दोघांना एकेक बंदूक आणि थोडा दारूगोळाही मी देऊन ठेवला, म्हणजे काही दगाफटका झाला तर त्यांना स्वत:चे संरक्षण करणे शक्य होणार होते.

अशा रीतीने हे दोघे प्रवासाला निघाले आणि आम्ही शुभेच्छा देऊन निरोप दिला. परत येताना त्यांनी अमूक एक खूण करावी म्हणजे इतर जंगली लोकांशी त्यांचा घोटाळा उडणार नाही, असेही त्यांना जाण्यापूर्वी बजावले होते.

तारू लागले बंदरी

तो स्पॅनिश मनुष्य आणि शुकऱ्याचे वडील जाऊन सुमारे एक आठवडा लोटला असेल, तेवढ्यात एक विचित्र घटना घडली. एका भल्या पहाटेच मी माझ्या झोळीत झोपलो असताना, शुकऱ्याने धावत येऊन मला जागे केले. तो म्हणाला, "उठा मालक ! ते लोक आले पहा !"

मी घाईघाईने कपडे करून धावतच बाहेर आलो. माझी बंदूकही बरोबर न घेता टेकडीवर चढून मी समुद्राकडे नजर फेकली. एक होडी शीड उभारून किनाऱ्याकडे येत होती. पण ती मुख्य भूमीकडून न येता बेटाच्या दक्षिण भागाकडून येत असल्याने, त्या स्पॅनिश लोकांची ती होडी नव्हती हे चटकन माझ्या लक्षात आले. शुकऱ्याला हाक मारून मी म्हणालो, "अरे आपण ज्यांची वाट पाहात होतो त्या लोकांची ही होडी नाही. तू माझ्याजवळच रहा. काय प्रसंग येईल ते सांगता येणार नाही." मग मी माझी दुर्बीण आणून पाहिले, ते दूर समुद्रात एक जहाज नांगरून उभे होते. ते एक इंग्लिश जहाज असावे असे दिसत होते.

ते जहाज पाहिल्यावर प्रथम मला आनंदाचे भरते आले, कारण त्या जहाजावरील लोक मित्रच असणार अशी माझी खात्री होती. त्याच वेळी मला कुठून तरी वाटू लागले की, आपण खबरदारी घेतली पाहिजे. इंग्लिश जहाजाचे येथे काय काम असावे मला कळेना. हवा अगदी शांत असल्याने हे जहाज वादळात सापडून येथे भरकटत आले असावे असे मानण्यास काहीच पुरावा

नव्हता. मग मला वाटू लागले की, हे लोक कदाचित काही दुष्ट हेतूने येथे आले असावेत. चोर, दरोडेखोर आणि खुनी माणसांच्या हाती सापडण्याची माझी इच्छा नव्हती.

थोड्याच वेळाने ती होडी किनाऱ्याला लागली. ती जागा माझ्या घरापासून सुमारे अर्ध्या मैलावर असावी. ते एकूण अकरा लोक असून त्यांच्या चेहरेपट्टीवरून ते इंग्रज असावेत असे वाटत होते. प्रथम त्यांतले चार लोक होडीतून उड्या मारून बाहेर पडले आणि त्यांनी आपल्या बरोबर तीन कैदी खाली उतरवले. हे लोक आता या कैद्यांना ठार मारणार अशी मला धास्ती वाटू लागली. यावेळी तो स्पॅनिश मनुष्य आणि शुक्र्याचे वडील मदतीला असते तर फार बरे झाले असते असे मला वाटू लागले. यानंतर उरलेले खलाशी जमिनीवर उतरले आणि आरडाओरडा करीत, वाळूवरून आणि झाडीत भटकू लागले. हात

बांधलेले ते तीन कैदी मात्र अगदी निराश होऊन उदासपणे किनाऱ्यावर बसून राहिले होते.

भरती ऐन भराला आली असताना ही होडी किनाऱ्यावर आली होती. हे खलाशी इकडे-तिकडे भटकत असताना ओहोटी सुरू झाली आणि त्यांची होडी वाळूत पक्की रूतून बसली. त्या खलाशांनी खूप खटपट केली तरी ती तेथून बाहेर निघेना. अखेर ती पाण्यात लोटण्याचे प्रयत्न त्या लोकांनी सोडून दिले. त्यातला एक म्हणाला, ''अरे ! राहू दे ती होडी तिथेच. पुढची भरती आली म्हणजे ती आपोआप पाण्यावर तरंगू लागेल.''

आतापर्यंत किनाऱ्यावर चाललेला सारा प्रकार मी मुकाट्याने पाहत होतो. आता पुढील भरती येईपर्यंत म्हणजे आठ-दहा तास तरी या खलाशांना बेटावर थांबावे लागणार होते. माझे नशीब म्हणून माझे घर इतके सुरक्षित आणि मजबूत होते. नाहीपेक्षा या लोकांनी ते केव्हाच लुटून फस्त केले असते. हे लोक जाईपर्यंत अंधार पडणार आणि ते बेसावध असणार, हे लक्षात घेऊन मी माझी हल्ला करण्याची योजना आखली आणि त्यासाठी दारूगोळा भरून माझ्या बंदुका तयार ठेवण्यास सुरुवात केली. जंगली लोकांचा पराभव करताना मी जी तयारी केली, त्यापेक्षाही अधिक काळजी करावी लागली. कारण या वेळचा शत्रू अगदी निराळ्या प्रकारचा होता.

माझी तयारी संपेपर्यंत दुपारचे दोन वाजले. या लोकांच्या काही खाणाखुणा दिसतात काय हे पाहण्यासाठी मी बाहेर डोकावले. थोड्या वेळाने त्या कैद्यांजवळ जाऊन, परंतु काही झुडपांमागून मी विचारले, ''कोण आहात तुम्ही ?''

हा प्रश्न विचारून मी बाहेर आलो. माझ्या आवाजाने ते लोक प्रथम दचकले होतेच, पण नंतर माझा वेष पाहून तर त्यांची बोबडीच वळली. माझ्या बकऱ्याच्या कातड्याच्या पेहरावात मी खरोखरीच अगदी विचित्र दिसत असेन. ते लोक घाबरून पळून जाण्याच्या बेतात असलेले पाहून, मी सौम्य स्वरात त्यांना म्हणालो, ''बंधूनो मला पाहून इतके दचकू नका. तुमची अपेक्षा नसली तरी कदाचित मी तुमचा मित्र आणि हितकर्ता ठरेन.''

त्या कैद्यांपैकी एक माणूस उदासपणे म्हणाला, ''तर मग तुम्ही कोणीतरी थेट स्वर्गातूनच उतरलेले असला पाहिजे. कारण या पृथ्वीवरचा कोणीही

माणूस या स्थितीत आम्हाला मदत करू शकणार नाही.''

मी त्यांना धीर देत म्हणालो, ''सगळी मदत स्वर्गातूनच मिळत असते नाही का ? तुमच्या अडचणी काय आहेत ते मला मोकळेपणाने सांगा. तुम्ही किनाऱ्यावर आलात तेव्हाच मी तुम्हाला पाहिले. त्या वेळी होडीतील एका माणसाने जणू काही तुम्हाला मारण्यासाठी तलवार उगारली होती, हे देखील मी पाहिले होते !

माझे हे शब्द ऐकून एका कैद्याच्या डोळ्यांतून आसवे निघाली आणि ती त्याच्या गालांवरून खाली ओघळू लागली. तो हात जोडून विचारू लागला, ''मी माणसाशी बोलतो आहे का एखाद्या देवाशी ? आहात तरी कोण तुम्ही ? माणूस की देवदूत ?''

मी उत्तरलो, ''घाबरू नका. मी जर एखादा देव किंवा देवदूत असतो, तर माझे कपडे सध्या आहेत त्यापेक्षा बरेच अधिक चांगले असते. मी माणूसच आहे – इंग्रज माणूस आहे आणि तुम्हाला मदत करण्याची माझी इच्छा आहे. पण त्या आधी तुम्ही कोण, कैदी म्हणून येथे कसे आलात ते मला सांगा.''

त्याने उत्तर दिले, ''आमची स्थिती थोडक्यात अशी आहे. ते नांगर टाकलेलं जहाज उभं आहे, त्याचा मी कप्तान होतो. पण माझ्या खलाशांनी माझ्याविरूद्ध बंड केलं आणि प्रथम माझा खून करण्याचा त्यांचा बेत होता. नंतर त्यांनी आपला बेत बदलून मला दुसऱ्या दोन अधिकाऱ्यांसह इथं, किनाऱ्यावर आणलं आहे आणि आम्हाला इथंच सोडून देण्याचा त्यांचा बेत आहे. त्यांना असं वाटतं, की हे बेट निर्जन आहे आणि आम्ही इथे अन्नपाण्यावाचून तडफडत मरू.''

मी विचारलं, ''जहाजातले दुसरे लोक कुठे आहेत ?''

काही झाडांकडे बोट दाखवून कप्तान म्हणाला, ''ते पहा त्या झाडाखाली झोपलेले आहेत. आपण मोठ्याने बोलता कामा नये, नाहीतर ते जागे होतील आणि इथे येऊन साऱ्यांना ठार करतील.''

मी विचारले, ''त्यांच्याजवळ काही बंदुका आहेत काय ?''

''फक्त दोन आणि त्यांतली एक तर त्यांनी होडीतच ठेवली आहे.''

या बंडखोरांना कैद करावे, झोपलेल्या अवस्थेतच ठार मारावे असं मी विचारल्यावर कप्तानाने शक्य तर त्यांना जिवंत ठेवून कैद करावं अशी आपली इच्छा आहे असे सांगितले. त्याच्या मते, बंडखोरांपैकी फक्त दोघेजणच खरोखर धोकेबाज होते. या दोघांना पकडून एकदा त्यांच्या मुसक्या बांधल्या म्हणजे इतर सारे लोक मुकाट्याने आपापल्या कामावर परत येतील असा त्याचा अंदाज होता.

आमचे बोलणे या लोकांच्या कानी पडू नये म्हणून त्यांच्यापासून दूर असे आम्ही झाडीत जाऊन नंतर पुन्हा बोलू लागलो. मी कप्तानाला म्हणालो, "हे पहा. मी तुमचा जीव वाचवला तर माझ्या अटी मान्य करण्याची तुमची तयारी आहे काय ? या अटी फक्त दोनच आहेत. पहिली म्हणजे या बेटावर असेपर्यंत मी दिलेले हुकूम तुम्ही पाळले पाहिजेत. मी तुम्हाला एखादी बंदूक दिली तर ती तुम्ही मला परत केली पाहिजे. मला किंवा माझ्या मिळकतीला इजा करणार नाही असं वचन दिलं पाहिजे. दुसरी अट म्हणजे तुमचं जहाज तुम्हाला परत मिळालं तर तुम्ही मला आणि माझा नोकर शुक्र्या ह्यांना इंग्लंडला परत नेलं पाहिजे."

यावर तो मोठ्या आदराने म्हणाला, "हे काय बोलणं झालं ? अहो, तुम्ही माझा प्राण वाचवला तर मी जन्मभर तुमचा ऋणी राहीन आणि तुमच्या साऱ्या अटी मला पूर्णपणे मान्य आहेत."

या उत्तराने माझे समाधान झाल्यावर मी त्यांना तीन भरलेल्या बंदुका दिल्या आणि मग म्हणालो, "आता तुमच्या हातात हत्यारं आहेत. तेव्हा बंड करून उठलेल्या ह्या लोकांचा कसा काय समाचार घ्यावा हे तुम्हीच सांगा."

यावर कप्तान म्हणाला, "त्यातल्या दोन माणसांना आपण मुळीच निसटून जाऊ देता कामा नये. ते निसटले तर सरळ जहाजावर परत जातील आणि इतर साऱ्या खलाशांना घेऊन येतील आणि आपल्याला ठार करतील."

आम्ही असे बोलत असता पलीकडच्या बंडवाल्यांपैकी दोन लोक जागे झाले. उठून त्यांनी क्षणभर भोवताली पाहिले आणि मग ते फिरत फिरत जंगलात जाऊ लागले.

मी कप्तानाला विचारले, ‘‘काय हो! तुम्ही म्हणता ते दोन धोकेबाज लोक हेच दोघे का ?’’

तो म्हणाला, ‘‘छे ! छे ! हे दोघे नाहीत. ते भयंकर म्होरके अजून झोपलेलेच आहेत.’’ असे म्हणून आपल्या दोन सोबत्यांच्या हाती एकेक बंदूक देऊन हे तिघे लोक त्या झोपलेल्या बंडखोरांकडे जाऊ लागले. जाता जाता त्यांच्यापैकी एकाच्या चालण्यामुळे आवाज होऊन त्या लोकांपैकी एक माणूस जागा झाला. कप्तान आणि लोक आपल्यावर चाल करून येत आहेत असे पाहून त्याने आपल्या सवंगड्यांना उठवण्यासाठी हाक मारली; पण त्याला फार उशीर झाला होता. त्याच्या तोंडून शब्द बाहेर पडतो न पडतो तोच कप्तान आणि त्याच्या सवंगड्यांनी आपल्या बंदुका झाडल्या. त्यांचा नेम इतका अचूक होता, की बंडखोर नेत्यांपैकी एक ताबडतोब ठार झाला आणि दुसरा गंभीर रीतीने जखमी झाला. तो मदतीसाठी ओरडू लागताच कप्तानाने त्याला दरडावले, ‘‘अरे आता कसली मदत मागतोस ? आता देवाचीच दया भाकणं हेच योग्य !’’ असे म्हणून कप्तानाने त्याला बंदुकीच्या दस्त्याने असा जोराचा फटका मारला, की त्याच्या तोंडून त्यानंतर एकही शब्द निघाला नाही. अशा रीतीने या दोन मुख्य बंडखोरांचा तर निकाल लागला. एवढ्यात जंगलात शिरलेले ते दोन खलाशी परत आले आणि आपल्याला जीवदान देण्यासाठी कप्तानाशी गयावया करू लागले. कप्तानाने ते मान्य केले. मात्र अशा अटीवर, की ‘‘त्यांनी यापुढे आपल्याशी इमान राखले पाहिजे; गलबत परत मिळवण्यासाठी मदत केली पाहिजे आणि जमैका बेटाकडे ते नेण्यासाठी मदतही केली पाहिजे.’’ या अटी सांगून, माझ्याकडे वळून या अटींवर त्यांना जीवदान देण्यास माझी संमती आहे काय, असे त्याने मोठ्या आवाजात मला विचारले.

मी उत्तर दिले – ‘‘ठीक आहे. या लोकांना जीवदान मिळेल. पण बेटावर असेपर्यंत त्यांच्या मुसक्या बांधून त्यांना कैदेत ठेवले जाईल.’’

यानंतर कप्तानाच्या एका सोबत्यासह मी शुक्ऱ्याला पाठवून बंडखोरांच्या होडीतून शीड व वल्ही आणवली. तोपर्यंत बेटाच्या दुसऱ्या भागात भटकत असलेले आणखी तीन बंडखोर परत आले. तेव्हा त्यांना दिसले, की कप्तानाच्या

हातात पुन्हा सारी सत्ता परत आली आहे. तेव्हा त्यांनी मुकाट्याने शरणागती पत्करली आणि दयेची याचना केली. शुक्र्याने त्यांचे हात–पाय बांधून त्यांना दुस‍र्या कैद्यांबरोबर नेऊन बसवले. अशा रीतीने आम्ही बंडखोरांवर संपूर्ण विजय मिळवला.

बंडखोरांचा बंदोबस्त

यानंतर कप्तानाला मी माझ्या घरी घेऊन गेलो आणि माझ्या संरक्षणासाठी, सोयीसाठी केलेली सर्व व्यवस्था दाखवली. मी या बेटावर कसा येऊन पोहोचलो आणि येथे इतकी वर्षे कशी काढली, हा सारा वृत्तांत मी त्याला सांगितला. या साऱ्या वस्तू पाहून आणि माझा वृत्तांत ऐकून त्याला फार नवल वाटले.

मात्र कप्तानाच्या मनात चिंता होती. आपले जहाज पुन्हा आपल्या हाती येण्यासाठी आपण कोणती कारवाई करावी, हा त्याला प्रश्न पडला होता. त्याच्या सांगण्याप्रमाणे जहाजावर अजून सव्वीस बंडखोर होते. त्यांनी जातीने बंडात भाग घेतला होता. त्यांना पक्के माहीत होते की, कप्तानाच्या हातात सत्ता आल्यास, जहाज इंग्लंडच्या कोणत्याही बंदरात परत गेल्यास पुन्हा आपल्या सर्वांना फाशीची शिक्षा ठरलेलीच आहे.

आमच्याजवळ असलेल्या थोड्या लोकांच्या मदतीने जहाजाचा संपूर्ण ताबा मिळण्याची आम्हाला आशा नव्हती; म्हणून थोडा वेळ स्वस्थ राहून पुढे काय घडते ते पाहणे हेच योग्य, असे आम्ही ठरवले. माझी जवळ जवळ खात्री होती की, बेटावर उतरलेल्या आपल्या सवंगड्यांचे काय झाले याबद्दल जहाजावरील लोकांना काही वेळाने आश्चर्य वाटून त्यांचा शोध करण्यासाठी ते दुसऱ्या होडीतून बेटावर येऊन उतरतील आणि मग अनायासे आमच्या हाती लागतील. या लोकांना पहिली होडी उपयोगात आणता येऊ नये म्हणून, आम्ही होडीतली सर्व सामग्री काढून घेतली आणि तिच्या तळाशी एक मोठे

भोक पाडून ठेवले. त्याप्रमाणेच ती भरतीच्या लाटेने वाहून जाऊ नये म्हणून ती किनाऱ्यावर बरीच दूर ओढून आणून ठेवली.

हे सारे काम बरेच मेहनतीचे होते. ते संपवून आम्ही जरा विसावा घेत बसलो तेव्हा जहाजावरून बंदुकीचा एक आवाज आला. बेटावर गेलेल्या होडीने परत यावे यासाठी हा खुणेचा बार होता. ही होडी परत न आल्याने आणखी अनेक बंदुकीचे बार झाले. पण बेटावरून काहीच हालचाल दिसली नाही. कोणतेही उत्तर न मिळाल्याने जहाजावरील लोकांनी एका होडीतून खलाशांची दुसरी टोळी पाठवली. मी दुर्बिणीतून पाहिले तर त्या होडीत दहा लोक असून त्या सर्वांच्या जवळ बंदुका होत्या.

कप्तानाला या लोकांपैकी प्रत्येक माणूस ठाऊक होता. तो म्हणाला, ''यापैकी तिघे इमानी आहेत. बाकीचे सारे, विशेषतः त्यांचा पुढारी, हे सारे पक्के बदमाश आणि धोकेबाज आहेत. या साऱ्या धटिंगणांसमोर आमचा कसा काय निभाव लागेल याची कप्तानाला भीतीच वाटू लागली.''

ही होडी येऊन पोहोचण्यापूर्वी करावयाची पहिली गोष्ट म्हणजे कैदी खलाशांना लपवून ठेवणे. यासाठी शुक्ऱ्याने त्यांना माझ्या गुहेत नेऊन कोंडून ठेवले. तीन दिवस पुरेल एवढा अन्न-पाण्याचा साठा त्यांच्याजवळ ठेवला. त्याने त्या लोकांना असेही बजावले की, ''सारे काही ठीकठाक झाले तर तीन दिवसांत तुम्ही मोकळे व्हाल; पण इथून पळून जाण्याची खटपट कराल तर मात्र याद राखा, फुकट मराल.''

कप्तानाने शिफारस केलेल्या दोन इमानी खलाशांची मुक्तता करण्यात आली. दोघांनीही कप्तानाशी एकनिष्ठ राहण्याची शपथ घेतली आणि आमच्या बाजूने लढण्याचे मान्य केले. अशा रीतीने, कप्तान, त्याचे दोन लोक, मी स्वतः आणि शुक्ऱ्या असे आम्ही हत्यारबंद लोक येणाऱ्या खलाशांशी सामना देण्यासाठी तयार होऊन उभे राहिलो.

होडी किनाऱ्याशी येताच आतील खलाशांनी पटापट खाली उड्या मारल्या आणि आपली होडी किनाऱ्यावर ओढून आणली. त्यानंतर ते त्यांच्या दुसऱ्या होडीकडे गेले. परंतु ती रिकामी आहे आणि तिच्या तळाशी मोठे थोरले भोक पडलेले आहे, हे पाहून त्यांना आश्चर्यच वाटले. आपल्या सवंगड्यांना ऐकू

जावे म्हणून ते खूप मोठमोठ्याने हाका मारू लागले. या हाकांना उत्तर येत नाही हे पाहून त्या सर्वांनी आपल्या बंदुकीचे बार काढले. सारे जंगल या बारांच्या पडसादांनी घुमले. पण कोणाचेही प्रत्युत्तर आले नाही. आपल्या हाकांना उत्तर मिळत नाही हे पाहिल्यावर जहाजातील या लोकांनी आपली होडी पुन्हा पाण्यात लोटली आणि ते जहाजाकडे परत गेले. आम्हाला नंतर कळले, की त्यांची अशी समजूत झाली होती की, आपले सारे सवंगडी ठार झाले असावेत.

परंतु काही वेळानंतर हे लोक बेटावर पुन्हा परत आले. मात्र या वेळेला त्यांनी निराळा बेत आखला होता. त्यांच्यापैकी सात लोक त्यांच्या सोबत्यांचा शोध करण्यासाठी बेटावर उतरले आणि उरलेले तीन होडीतच बसून राहिले. ही होडी बेटापासून थोडी दूर समुद्रात नांगरून ठेवलेली असल्याने आमच्या पुढे एक नवाच प्रश्न उभा राहिला. किनाऱ्यावर आलेले सातही लोक आम्ही जरी पकडले असते तरी त्याचा आम्हाला काहीच उपयोग झाला नसता. कारण आम्ही असे केल्यावर होडीतील लोक जहाजाकडे परत जाऊन जहाज हाकारून निघून गेले असते. म्हणून आमच्या पुढे एकच मार्ग होता तो म्हणजे योग्य संधीची वाट पाहत स्वस्थ रहावे.

इकडे हे लोक विखरून न जाता एकजुटीने माझ्या घराच्या वरच्या टेकडीच्या माथ्यावर निघाले. त्यांना जरी आम्ही दिसत नसलो, तरी आम्हाला मात्र ते स्पष्ट दिसत होते. ते बंदुकीच्या गोळ्यांच्या टप्प्याबाहेर होते. पण आम्हाला मात्र बाहेर निघता येत नव्हते. इतके ते जवळ होते म्हणून आम्ही तूर्त स्वस्थ राहण्याचे ठरवले.

या सात लोकांनी पूर्वीप्रमाणेच अगदी थकून जाईपर्यंत त्यांच्या सवंगड्यांना मोठमोठ्याने हाका मारल्या. किनारा नजरेआड होऊ नये इतक्याच अंतरावर राहण्याची त्यांची इच्छा दिसत होती. आपल्या हाकांना उत्तर मिळत नाही असे पाहिल्यावर पुढचा बेत ठरवण्यासाठी ते सारे एका झाडाखाली जाऊन बसले.

आम्हाला वाटत होते की, हे जर झोपी गेले तर त्यांना कैद करणे सोपे जाईल. पण भावी संकटाच्या धास्तीने त्यांनी झोप घेण्याचे टाळले असावे.

आता आपल्याला अंधार पडेपर्यंत काहीच करता येणार नाही, असा

आम्ही विचार करीत होतो, तोच ते सारे लोक उठून उभे राहिले आणि किनाऱ्याकडे परत जाऊ लागले. काहीही करून आम्हाला त्यांना अडवणे भागच होते. म्हणून मी, शुक्ऱ्या आणि कप्तानाचा एक मदतनीस यांना जंगलातून थोडे दूर जाऊन मोठ्याने हाका मारण्यास सांगितले. खलाशांनी या हाकांना उत्तर दिले म्हणजे या दोघांनी पुन्हा हाका मारून त्यांना बोलवावे आणि अशा रीतीने या सात खलाशांना किनाऱ्यापासून शक्य तितके दूर न्यावे, अशी आमची योजना होती.

हे खलाशी होडीजवळ पोहोचतात तो आमच्या दोन लोकांच्या हाका त्यांच्या कानावर आल्या. त्या ऐकून खलाशांनी आपली होडी जवळच्या खाडीत वळवून ती एका झाडाला बांधून टाकली. आम्हाला अगदी हेच पाहिजे होते. ते सारे लोक होडीपासून दूर, जंगलात शिरताच, आमच्या लोकांसह पुढे होऊन मी ती होडी काबीज केली. होडीचा रखवालदार झोपी गेला होता. आम्ही सशस्त्र असलेले पाहून उरलेल्या खलाशांनी शरणागती पत्करली.

तिकडे शुक्ऱ्या आणि त्याच्या सोबत्याने हाका मारीत मारीत, झुलवीत, त्या सात खलाशांना जंगलात थेट मध्यावर नेऊन ठेवले. त्या लोकांना तेथेच सोडून ते परत आले. अंधार पडण्यापूर्वी हे सात दमलेले भागलेले लोक त्यांच्या होडीकडे परत येऊ शकणार नाहीत. अशी त्यांची खात्री होती.

कित्येक तासांनंतर एक खलाशी दमून भागून कसातरी मार्ग काढीत जंगलातून बाहेर आला. तोपर्यंत चांगलाच अंधार पडला होता. आमची योजना अशी होती, की या लोकांनी अंधारात जहाजाकडे न जाता बेटावरच ही रात्र काढावी. ते खलाशी फार अस्वस्थ झाले होते. अंधारात होडी हाकारणे धोक्याचे होते; पण बेटावर राहिल्यास भुताखेतांची, ठार मारले जाण्याची त्यांना भीतीही वाटत होती. कप्तान आणि इतरांची इच्छा अशी होती की, अंधाराचा फायदा घेऊन आपण ताबडतोब या लोकांवर हल्ला चढवावा. पण या सर्व बंडखोर लोकांना ठार न मारता, फार तर त्यांच्या नेत्याला तेवढे ठार करावे, असे माझे मत असल्याने मी त्यांना थांबण्याचा हुकूम दिला. लवकरच एक अनुकूल संधी चालून आली. खलाशांपैकी एक अधिकारी दोन

खलांशांबरोबर येऊ लागला. आपल्या कट्टर शत्रूला गोळी घालण्यास कप्तान इतका अधीर झाला होता, की तो अधिकारी गोळीच्या टप्प्यात येईपर्यंत दम धरणेही त्याला कठीण झाले. हे तीन लोक अधिकाधिक जवळ येत चालले होते. अखेर कप्तानाचा धीर संपून त्याने पुढे उडी घेऊन बंदूक झाडली. इकडे शुक्र्यानेही गोळी झाडली होती. तो अधिकारी ठार होऊन त्याच्या बरोबरचा खलाशी इतका जखमी झाला, की त्यानेही थोड्याच वेळात प्राण सोडला. तिसरा खलाशी जीव घेऊन धूम पळत सुटला.

यानंतर आम्ही उरलेल्या खलाशांकडे आमचा मोर्चा वळवला. अंधार असल्यामुळे आमच्या पक्षाचे लोक किती आहेत ते शत्रूपक्षाच्या लोकांना कळत नव्हते. आम्ही कैदी केलेल्या एका खलाशाला आमच्यापुढे चालवले. खलाशांपैकी एकाला त्याने नावाने हाक मारून पुढे बोलवावे असा मी त्याला हुकूम केला होता. त्या माणसातर्फे इतरांशी बोलणी करण्याचा माझा विचार होता.

पुढे गेल्यावर त्या खलाशाने मोठ्याने हाक मारली. "टॉम स्मिथ ! अरे टॉम स्मिथ !" त्या माणसाने आवाज ओळखून उत्तर दिले "अरे तू रॉबिन्सन का ?"

तो माणूस म्हणाला "होय ! तोच मी, आता तुम्ही सारे आपल्या बंदुका खाली ठेवा आणि शरण या नाहीतर सारेच प्राणाला मुकाल."

टॉम स्मिथ म्हणाला, "अरे तू आहेस तरी कुठे ? आणि आम्ही शरण तरी जायचे कोणाला ?"

रॉबिन्सन म्हणाला, "हे आम्ही इथे जवळच आहोत आणि आपले कप्तानसाहेब देखील माझ्या जवळच आहेत. त्यांच्याजवळ पन्नास हत्यारबंद शिपाई असून ते तुमचाच शोध करीत आहेत. तुमचा अधिकारी ठार झाला आहे. त्याचा मदतनीस जखमी झाला आहे आणि मी कैदी झालो आहे. तुम्ही शरण न आल्यास आपण सारेच प्राणास मुकणार आहोत."

टॉम स्मिथ संशयाने म्हणाला, "समजा, आम्ही शरण आलो तर आम्हाला दया दाखवतील का ?"

रॉबिन्सन म्हणाला, "मी कप्तानसाहेबांना तुमच्याबद्दल शब्द टाकीन. पण जर तुम्ही खरोखरच शरण आलात तरच तसं होईल."

स्वत: कप्तान पुढे होऊन म्हणाला, ''टॉम स्मिथ ! माझा आवाज तुझ्या ओळखीचा आहेच. मी तुला वचन देतो की, शस्त्रं खाली ठेवून तुम्ही आलात तर विल ॲटकिन्सखेरीज इतर साऱ्यांना तो जीवदान देईल.''

यावर विल ॲटकिन्स उसळून म्हणाला, ''का ? मी काय घोडं मारलं आहे ? हे सारे माझ्या इतकेच बदमाश आहेत.''

त्याचे हे बोलणे मात्र खरे नव्हते. कप्तानाविरूद्ध बंड करणारा पहिला माणूस विल ॲटकिन्स हाच होता. कप्तानाने त्याला दरडावून सांगितले – ''हे पहा शरणागती अगोदर, मग या बेटाचे गव्हर्नरसाहेब मनात आणतील तर पाहू. कोणाला दया दाखवावी हे तेच ठरवतील.'' हे शब्द ऐकून ते सारे बंडखोर शरण आले आणि जीवदान मागू लागले. यानंतर त्यांना उद्देशून कप्तानाने पुढील भाषण केले.

''तुम्ही सारे अट्टल बदमाश आणि मूर्खही आहात. तुमची वर्तणूक सुधारली नाही तर, तुम्ही सारे फाशी जाल. तुम्ही मला या बेटावर आणलं तेव्हा तुम्हाला वाटलं होतं की, हे बेट निर्जन आहे आणि इथे मी भुकेने तडफडून मरेन. पण इथे तुम्ही साफ चुकलात. या बेटाचा गव्हर्नर एक इंग्रज माणूस आहे आणि तुम्ही सारे आता त्याचे कैदी आहात. कायदेशीररीत्या शिक्षा भोगण्यासाठी बहुधा ते तुम्हाला इंग्लंडला पाठवतील. विल ॲटकिन्स तुला मात्र दया मिळण्याची आशा नाही. गव्हर्नरने हुकूम दिला आहे, की तुला सकाळी फाशी द्यावे ; म्हणून तुला करायची तयारी आत्ताच करून ठेव.''

हे निर्वाणीचे शब्द ऐकून विल ॲटकिन्स कप्तानासमोर गुडघे टेकून आपल्यासाठी रदबदली करण्याची विनंती करू लागला. इतर साऱ्या खलाशांनीही हात जोडून विनंती केली, की कैदी म्हणून आपल्याला इंग्लंडला पाठवण्यात येऊ नये.

इकडे माझा बेत असा होता, की हे जहाज काबीज करून त्यातून मायदेशी परत जावे. म्हणून कप्तानाला बोलावणे पाठवून जहाज काबीज करण्याची माझी योजना मी त्याला सांगितली. ती त्याला पसंत पडली आणि ती अंमलात आणण्यास मदत करण्याचे त्याने वचन दिले. यानंतर आमच्या कैद्यांच्या आम्ही दोन तुकड्या केल्या. पहिल्या तुकडीत अधिक भयंकर

आणि धोकेबाज लोक ठेवून, त्यांच्या मुसक्या बांधून त्यांना गुहेत कैद करून ठेवले. इतरांना बेटाच्या मध्यावर असलेल्या माझ्या दुसऱ्या घरी रवाना केले.

सकाळी कप्तानाने या साऱ्या कैद्यांची भेट घेऊन त्यांना सांगितले, की बेटावर असेपर्यंत गव्हर्नरने त्यांना जीवदान दिलेले आहे. जहाज काबीज करण्यास जर त्यांनी खुशीने मदत केली; तर त्यानंतरही त्यांना माफी देण्याचा विचार करता येईल. हे ऐकून साऱ्या खलाशांनी ते जहाज काबीज करण्यास कप्तानाला मदत करण्याचे आणि त्याच्याशी एकनिष्ठ राहण्याचे कबूल केले.

त्याने ही बातमी आणल्यावर या लोकांपैकी खरे विश्वासू लोक निवडून काढण्यास मी त्याला सांगितले. मी म्हणालो, ''या कैद्यांपैकी पाच लोक तुमचे मदतनीस म्हणून निवडा आणि त्यांना सांगा, की गुहेतील सारे कैदी ओलीस म्हणून ठेवलेले आहेत. या पाचजणांनी जर बेइमानी केली तर त्यांना आणि गुहेतील इतर साऱ्यांनाच मी फाशी देईन.''

माझे हे बोलणे बरेच कठोर होते खरे, पण या बाबतीत मी अगदी करडा आहे हे मला त्या लोकांना दाखवून द्यावयाचे होते. माझ्या अटी मान्य करण्याखेरीज त्या लोकांना दुसरा उपायच उरला नव्हता. आता कप्तान आणि ते पाच लोक यांना आणि गुहेतील इतरांनाही आपले कर्तव्य चोखपणे बजावणे भागच होते.

'आमुचा राम राम घ्यावा !'

आता कप्तानाच्या पक्षात एकूण बारा लोक होते. जहाज त्यांच्या ताब्यात येईपर्यंत मी आणि शुक्र्या बेटावरच राहणार होतो. कैद्यांवर देखरेख ठेवणे, त्यांना अन्नपाणी पुरवणे, ही कामे शुक्र्यावर सोपवली होती.

कप्तानाने आपल्या लोकांच्या दोन तुकड्या केल्या. तो स्वत: आणि त्याचा मदतनीस हे पाच लोक घेऊन त्यांच्या होडीतून जाणार होते. इतर लोक दुरुस्त केलेल्या दुसऱ्या होडीतून नंतर येणार होते. जहाजाकडे निघण्याआधी अंधार पडेपर्यंत त्यांनी वाट पाहिली. मध्यरात्रीच्या सुमारास त्यांची होडी जहाजाजवळ पोहोचल्यावर तेथील लोकांना हाक मारण्यास कप्तानाने रॉबिन्सन याला आज्ञा केली. तो मोठ्याने म्हणाला, ''गड्यांनो ! अखेर आम्हाला आपले सारंग आणि त्यांची होडी सापडली खरी, पण हे बेट मात्र भयंकर प्रकरण आहे. या लोकांचा शोध करण्यात फार त्रास पडला आम्हाला.'' अशा रीतीने आमच्या होड्या त्या जहाजाला जाऊन भिडेपर्यंत त्याने जहाजावरील लोकांना बोलण्यात गुंतवून ठेवले.

एवढ्यात कप्तान आणि त्याचा मदतनीस यांनी चटकन जहाजावर उडी मारली आणि पुढे येणाऱ्या दोन खलाशांना जमीनदोस्त केले. वरच्या भागावर असलेल्या इतर भागांतील खलाशांना लगेच अटक करण्यात आली. जहाजाच्या खालच्या भागातील खलाशांना वर मदतीसाठी येता येऊ नये म्हणून सर्व मार्ग बंद करण्यात आले. आता राहिला जहाजाचा मुख्य बालेकिल्ल्यासारखा भाग. कप्तानाने आपल्या तीन सवंगड्यांना या भागावर हल्ला चढवण्यास हुकूम दिला.

हा भाग म्हणजे एक मजबूत व गोल अशी खोली होती. एक प्रमुख बंडखोर खलाशी येथे झोपलेला होता. जहाजावर चाललेल्या मारामारीची चाहूल लागून तो जागा झाला आणि आपली बंदूक उचलू लागला. त्याच्याबरोबर आणखी दोन खलाशी आणि एक पोरगा असून तेही सशस्त्र होते. कप्तानाच्या मदतनीसाने एक पहार घेऊन या खोलीचे दार फोडले, पण आतले लोक तसे लेचेपेचे नव्हते. त्यांनी आतूनच गोळीबाराला सुरुवात केली. हल्ला करणाऱ्या तुकडीपैकी तिघे जखमी झाले, पण सुदैवाने कोणीही ठार झाले नाही. तशाही जखमी अवस्थेत या लोकांनी आत घुसून बंडखोराच्या प्रमुखाला गोळी घालून ठार केले. आपला म्होरक्या पडला हे पाहून उरलेले सारे खलाशी निमूटपणे शरण आले आणि हे बंड संपले.

जहाज ताब्यात आल्याबरोबर कप्तानाने सात तोफांची सलामी डागण्याचा हुकूम केला. विजय मिळाल्याची ही सलामीची खूण आम्ही आधीच ठरवून ठेवली होती. मी स्वत: किनाऱ्यावर दोन तास बसून राहिलो होतो. या लढाईचा शेवट काय होतो ते जाणण्याची माझी फार उत्सुकता असल्याने, तोफांचे आवाज कानी येताच मला फार आनंद झाला.

यानंतर मी माझ्या बिछान्यावर पडलो. सारा दिवस खूप दमछाक झाल्यामुळे मला लगेच झोप लागली. सकाळी मला जाग आली, ती कप्तानाच्या हाकांनी तो म्हणत होता – ''गव्हर्नरसाहेब ! उठा आणि तुमच्या जहाजाची पहाणी करायला चला !'' मला टेकडीवर नेऊन त्याने नांगरून उभे असलेले जहाज दाखवले. तो म्हणाला, ''ते पहा जहाज ! आता ते तुमच्या मालकीचं झालं, अन् त्यातले आम्ही सारे देखील तुमचे ताबेदार आहोत !'' जहाज ताब्यात आल्याबरोबर कप्तानाने ते किनाऱ्याजवळ आणून ठेवले होते.

अशा रीतीने या बेटावरून सुरक्षितपणे बाहेर पडण्याची माझी सारी तयारी सिद्ध झाली होती. हे मोठे जहाज मला इंग्लंडला घेऊन जाण्यासाठी सज्ज होते. इतकी वर्षे ज्या गोष्टीची मी केवळ इच्छा करीत होतो, ती गोष्ट आता प्रत्यक्षात साध्य झाल्यावर मला कसेसेच वाटू लागले. काही वेळ कप्तानाला उत्तर देण्यासाठी मला शब्दच सुचेनात ! मला वाटले, की त्याने मला धरून ठेवले नसते तर मी आश्चर्याच्या धक्क्याने खालीच कोसळलो असतो. थोड्या वेळाने मी भानावर आलो. मला स्वस्थचित्त करण्यासाठी कप्तानाने अनेक गोष्टी

सांगितल्या. पण मला इतका आनंद झाला होता, की माझ्या डोळ्यांतून आनंदाश्रू वाहू लागले.

काही काळ आमचे संभाषण झाल्यावर कप्तान म्हणाला, ''तुमच्यासाठी जहाजावरून मी काही उपयुक्त वस्तू आणल्या आहेत. प्रेमाची भेट म्हणून कृपा करून त्यांचा स्वीकार करावा.''

त्याने आणलेल्या उंची दारूच्या काही बाटल्या आणि उत्तम तंबाखू या वस्तू मी बेटावर आल्यापासून, कित्येक वर्षे पाहिल्याही नव्हत्या. भरपूर मांस, साखर, बिस्किटे आणि इतर खाद्यपदार्थ त्याने आणले होते.

खाद्य पदार्थांशिवाय त्याने माझ्यासाठी जे नवे कपडे आणले होते. ते मला त्या उंची पदार्थांपेक्षाही अधिक मोलाचे वाटले. त्यांत सहा नवे सदरे, सहा गळपट्टे, दोन जोड्या हातमोजे, जोडे, टोपी आणि एक जवळ जवळ कोरा, कपड्यांचा संच होता. एकूण मी नखशिखांत नव्या वेषभूषेने सजलो होतो. हे नवे कपडे घातल्यावर मला प्रथम कसेसेच वाटू लागले, कारण बेटावर येताना माझ्या अंगावर जे कपडे होते, ते फाटून गेल्यावर कित्येक वर्षांत मी असे उंची, तलम कपडे अंगात घातले नव्हते.

हाती आलेल्या कैद्यांची कशी विल्हेवाट लावावी हा पुढचा प्रश्न आम्ही विचारासाठी घेतला आणि सर्व कैद्यांना आणण्यासाठी कप्तानाने शुक्ऱ्याला रवाना केले.

सर्व कैदी माझ्यासमोर आल्यावर मी त्यांना उद्देशून म्हणालो, ''फाशी होऊ नये अशी तुमची इच्छा असली तर दुसरा एक पर्याय आहे. आमचं जहाज इथून गेल्यावर या बेटावरच कायमचं वास्तव्य करण्याची तुमची तयारी असेल तर तुम्हाला जीवदान देण्याचा विचार करता येईल.''

हे ऐकल्याबरोबर फाशी जाण्याऐवजी या बेटावरच राहणे या सर्व लोकांनी एकमताने स्वीकारले हे सांगायला नकोच. हे ऐकून मी त्यांना म्हणालो, ''ठीक आहे. आम्ही हे बेट सोडून निघालो म्हणजे तुम्हाला मुक्त करण्यात येईल आणि संरक्षणासाठी बंदुका, दारूगोळाही देण्यात येईल.''

यानंतर शुक्ऱ्याने त्या सर्व लोकांना परत नेले, आणि मी कप्तानाला म्हणालो, ''ठीक आहे. एका प्रश्नाचा तर निकाल लागला. हे बेट सोडून जाण्यापूर्वी तयारी करायला मला थोडा अवधी पाहिजे.''

या बेटावर मी इतकी वर्षे काढली होती, त्यांची आठवण म्हणून माझ्या अनेक वस्तू मला बरोबर घ्यावयाच्या होत्या. प्रवासासाठी जहाज तयार करण्यात कप्तान गुंतला असेल तेव्हा ही तयारी करावी आणि शेवटची रात्र या बेटावर काढावी असे मी ठरवले. मला नेण्यासाठी सकाळी एक होडी जहाजावरून पाठवावी, असे मी कप्तानाला सांगितले.

कप्तान जहाजावर परत गेल्यावर बालेकिल्ल्यात गोळी लागून ठार झालेल्या बंडखोर खलाशाचे प्रेत त्याने डोलकाठीच्या आडव्या वाशाला बांधून टांगते ठेवले होते. मी ते कैद्यांना दाखवले आणि तुम्ही जहाजावर परत पाय ठेवला तर तुमचीही अशीच गत होईल असा त्यांना दम दिला.

या नंतर बेटावरचे त्यांचे वास्तव्य खडतर होऊ नये, यासाठी जरूर ती सर्व माहिती मी त्यांना दिली. मी पाव, भाकरी कशा भाजीत असे, द्राक्षे वाळवून मनुका कशा करीत असे, या कृती मी त्यांना सांगून टाकल्या. माझ्या शेळ्यांचा कळप कोठे ठेवला आहे हे त्यांना दाखवले, सोळा स्पॅनिश लोक लवकरच बेटावर येणार आहेत हेही त्यांना कळवले.

दुसऱ्या दिवशी सकाळी मला बेटावरून कायमचे नेण्यासाठी ठरल्याप्रमाणे जहाजावरून होडी आली.

मायदेशी परत जाण्याच्या विचाराने मला आनंद होत होता हे खरे, तरीही हे चिरपरिचित बेट सोडून जाणेही माझ्या जिवावर आले होते. काही झाले तरी या बेटावर मी अठ्ठावीस वर्षे काढली होती. माझ्या कल्पनेपेक्षाही अधिक सुखात आणि आरामात मी येथे राहिलो होतो. एकूण माझ्यावर परमेश्वराने कृपा केली होती. त्याच्या कृपेने मी बुडून मरण्यापासून वाचलो; एवढेच नव्हे तर बेटावर आलेल्या जंगली लोकांपासूनही माझे संरक्षण झाले आणि सर्वांवर कळस म्हणजे मला मायदेशी परत नेण्यासाठी आता हे जहाजही येऊन उभे राहिले होते.

ज्या लोकांना आम्ही बेटावर ठेवणार होतो. ते लोक येऊन पोहोचल्याने माझ्या विचारांची साखळी तुटली. जाण्यापूर्वी माझी तलवार, बंदुका, दारूगोळा त्यांना देण्याचे मी वचन दिले होते. दारूगोळा थोडाच शिल्लक उरला होता, पण आम्ही एकदा सुखरूपपणे जाऊन पोहोचलो म्हणजे कप्तानातर्फे अधिक दारूगोळा पाठवून देण्याचे मी कबूल केले.

यानंतरचे काम म्हणजे बेटावरून ज्या ज्या वस्तू मला न्यावयाच्या होत्या

त्या साऱ्या होडीत नेऊन ठेवणे हे होय. माझी बकऱ्याच्या कातड्याची टोपी आणि छत्रीही या सामानात होती. स्पॅनिश जहाजावर हाती आलेले द्रव्यही मी बरोबर घेतले. ही नाणी इतकी गंजली आणि मळली होती की, त्यांना उजळा दिल्याखेरीज ती चांदीची आहेत हे ओळखताही आले नसते. अखेर बेटाचा निरोप घेण्याची सारी तयारी आटोपली आणि मी होडीत पाऊल ठेवले. खलाशांनी होडी पाण्यात लोटली आणि वल्ही मारीत ते जहाजाकडे निघाले. आम्ही थोडे दूर जातो तोच बेटावरील दोन खलाशी पोहत पोहत आमच्या होडीजवळ आले. बेटावर राहिल्यास इतर खलाशी आपला खून करतील अशी आपल्याला भीती वाटते, असे त्यांनी बोलून दाखवले आणि आपल्या जहाजाजवळ येण्याची परवानगी असावी असे अजीजीने सांगितले. त्यांना येऊ देण्याची परवानगी प्रथम कप्तान देईना, पण अखेर तो कसाबसा कबूल झाला.

अशा रीतीने १९ डिसेंबर १६८६ रोजी मी माझ्या बेटाचा निरोप घेतला. कित्येक वर्षांपूर्वी 'साली' या बंदरातून मूर मालकाच्या गुलामगिरीतून मी याच महिन्यात, याच तारखेस निसटून गेलो होतो. दीर्घ प्रवासानंतर ११ जून १६८७ रोजी आमचे जहाज इंग्लंडला जाऊन पोहोचले. अशा रीतीने ईशकृपेने, पस्तीस वर्षांच्या कालावधीनंतर मी पुन्हा माझ्या घरी परत येऊन पोहोचलो.

निर्जन बेटावरील माझे राज्य अशा रीतीने संपले.

'द लॉर्ड ऑफ द रिंग्ज' कादंबरीचा पूर्वरंग आणि
टॉल्कीनच्या मंत्रमुग्ध करणाऱ्या
कल्पनाविश्वात घेऊन जाणारी, छोट्यांपासून
मोठ्यांपर्यंत सर्वांनाच भुरळ घालणारी
ॲडव्हेंचर स्टोरी ...

द हॉबिट

जे. आर. आर. टॉल्कीन, अनुवाद – मीना किणीकर

मूल्य : ₹ ४९५

नवीन कुमारवाङ्मय

कथा-रामायण
वि. के. फडके

प्राचीन भारतीय शास्त्रज्ञ आणि संशोधक
भालबा केळकर

निवडक पाश्चात्त्य शास्त्रज्ञ आणि संशोधक
भालबा केळकर

शेरलॉक होम्स : हाउंड ऑफ बास्करव्हिल
सर आर्थर कॉनन डॉयल, अनु. प्रवीण जोशी

कोरलाइन : 'ह्युगो' पुरस्कार विजेती कुमारांची प्रसिद्ध कादंबरी
नील गेमन, अनु. निलेश पाष्टे

रंजक विज्ञानप्रयोग
ग. ना. चिवटे, भालबा केळकर

हुशार म्हातारी आणि इतर गोष्टी

थापाड्या बेडूक आणि इतर गोष्टी

छोटा शिलेदार आणि इतर गोष्टी

क्रिकेटचा खेळ आणि इतर गोष्टी

छंदमित्र - अर्चना जोशी

डायमंड पब्लिकेशन्सचे
उत्कृष्ट कुमारवाङ्मय

द हॉबिट	जे. आर. आर. टॉल्कीन, अनु. : मीना किणीकर	४९५/-
बालमित्र (भाग १ ते ७)	भा. रा. भागवत	प्रत्येकी ७५/-
आधुनिक नीतिकथा (भाग १ ते १२)	प्रा.डॉ.प्रभाकर श्रावण चौधरी	प्रत्येकी ३०/-
गोष्टीरूप शिवदर्शन (भाग १ ते १०)	अशोक महादेवशास्त्री जोशी	प्रत्येकी २०/-
डायमंड प्रेरक कथा	प्रा. सु. ह. जोशी	७०/-
डायमंड परीकथा (सोनेरी)	मेधा इनामदार	५०/-
डायमंड परीकथा (चंदेरी)	मेधा इनामदार	५०/-
डायमंड संस्कार कथा	प्रा. सु. ह. जोशी	३०/-
डायमंड प्राणिकथा	प्रा. सु. ह. जोशी	३०/-
डायमंड चातुर्य कथा	प्रा. सु. ह. जोशी	५०/-
डायमंड बोधपर गोष्टी	प्रा. सु. ह. जोशी	५०/-
डायमंड आशिया खंडातील कथा	डॉ. सुरुची पांडे	५०/-
लाल बुडाची माकडे	प्रा.डॉ.प्रभाकर श्रावण चौधरी	४०/-
छोटा माणूस	प्रा.डॉ.प्रभाकर श्रावण चौधरी	४०/-
लबाड कोल्हा आणि इतर कथा	संजय कोल्हटकर	४०/-
खरी मैत्री आणि इतर कथा	संजय कोल्हटकर	४०/-
डायमंड किशोर कथा	मेधा इनामदार	४०/-

www.ingramcontent.com/pod-product-compliance
Lightning Source LLC
Chambersburg PA
CBHW070043260626
47159CB00005B/2109
* 9 7 8 8 1 8 4 8 3 4 3 0 7 *